'स्वप्नाकडून सत्याकडे जाणारा मार्ग अस्तित्वात आहे.
फक्त तो शोधायची दृष्टी आणि धैर्य तुमच्या
अंगी असायला हवे.'

कल्पना चावला

(२५ जानेवारी २००३ या दिवशी 'कोलंबिया' अवकाश यानातून कल्पनाने आपले प्राध्यापक, पंजाब इंजिनियरींग कॉलेजातील एरॉनॉटिक्स विभागाचे निवृत्त प्रमुख, डॉ. व्ही. एस. मल्होत्रा याना पाठवलेल्या संदेशात हे वाक्य आहे.)

अभिप्राय

कल्पनाभरारीच वेध

तरुणभारत, मुंबई, २५-५-२००३

'केसी'ची कहाणी

महाराष्ट्र टाइम्स, १८-५-२००३

कल्पना चावलाच्या जिद्दीची कहाणी

दैनिक लोकमत, ६-७-२००३

धगधगते अग्निकुंड

कर्नाल ते केपकॅनव्हेराल या भागात कल्पनाच्या जन्मापासून ते नासाच्या कॅलिफोर्नियातील अमेन्स रीसर्च सेंटरमध्ये संशोधक म्हणून काम करताना कल्पनाने घेतलेल्या गरुडभरारीचे अचूक चित्रण केले आहे.

महाराष्ट्र साहित्य पत्रिका, २००६

फ्रॉम द पॉइंट ऑफ नो रिटर्न

दर नव्वद मिनिटांत एक पृथ्वीप्रदक्षिणा घालण्याने उद्‌भवणारा त्रास, अवकाश मोहिमांची पूर्वतयारी, तत्संबंधी तांत्रिक बाबींची सोप्या शब्दांत माहिती लेखिकेने दिली आहे. कल्पनाने अवकाशातून पाहिलेल्या पृथ्वीचे केलेले वर्णन तिच्या वृत्तीतील लालित्याचा, सौंदर्याच्या ओढीचा पुरावाच आहे. रुक्ष संशोधनाच्या मुखवट्याआडचा कल्पनाचा हसरा चेहरा या पुस्तकानं वाचकांसमोर मांडला आहे.

कल्पना चावला ही पहिली भारतीय महिला अंतराळवीर...

लोकसत्ता, ६-४-२००३

कल्पना आकाशात उडण्याचे स्वप्न शाळेपासून पाहत होती. जिद्दीने तिने ते स्वप्न कसे पूर्ण केले त्याची अनेकांच्या मनात प्रकाशाचे कण पेरणारी ही कहाणी आहे.

दैनिक सामना, २७-४-२००३

आकाशाला गवसणी घालण्याची स्वप्ने पाहणारी आणि ती स्वप्ने सत्यात उतरावित म्हणून जिद्दीने प्रयत्नांची पराकाष्ठा करणारी आदर्श भारतीय अवकाशकन्या कल्पना चावलाची ही जीवनकथा प्रत्येक स्त्रीला, प्रत्येक भारतीयास अभिमानास्पद वाटावी अशीच आहे.

दैनिक पुढारी, ३१-८-२००३

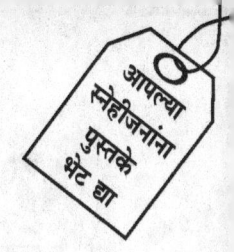

स्वप्नाकडून सत्याकडे...
(कल्पना चावलाची कहाणी)

माधुरी शानभाग

मेहता पब्लिशिंग हाऊस

■ **स्वप्नाकडून सत्याकडे...**
(कल्पना चावलाची कहाणी) / व्यक्तिचरित्र

© माधुरी शानभाग, ७९४, खानापूर रोड,
टिळकवाडी, बेळगाव - ५९०००६.

■ प्रकाशक
सुनील अनिल मेहता,
मेहता पब्लिशिंग हाऊस,
१९४१, माडीवाले कॉलनी, सदाशिव पेठ,
पुणे ४११ ०३० ✆ ०२०-२४४७६९२४
E-mail : info@mehtapublishinghouse.com
Website: www.mehtapublishinghouse.com

■ अक्षरजुळणी
पीसी-नेट,
नारायण पेठ,
पुणे ४११०३०.

■ प्रकाशनकाल
मार्च, २००३ / सप्टेंबर, २००३
जुलै, २००४ / सप्टेंबर, २००५
डिसेंबर, २००६ / जानेवारी, २००८
सप्टेंबर, २००९ / जानेवारी, २०१२
जून, २०१५ /
पुनर्मुद्रण : सप्टेंबर, २०१८

■ मुखपृष्ठ : शैलेश मांडरे

■ P Book ISBN 9788177663907
E Book ISBN 9788184987997
E Books available on :
play.google.com/store/books
www.amazon.in

स्वप्ने पहाणाऱ्या आणि ती सत्यात आणण्यासाठी
धडपडणाऱ्या सर्व मुलांमुलींना

मनोगत

शनिवार, १ फेब्रुवारी २००३, रात्री साडेआठचा सुमार.
सर्फ करताना, (चॅनेल बदलताना) पडद्यावर एक जळती रेषा उतरताना दिसली.
आजूबाजूला अग्निकण विखुरत होते.
रिमोटवरची बटणे दाबणारे बोट क्षणभर थांबले.
खालची अक्षरांची सरकती पट्टी, निवेदकाचा तटस्थ आवाज,
अक्षरे डोळ्याने वाचली, शब्द कानाने टिपले.
अर्थ मनात उतरायला एकदोन क्षण लागले.
आणि सगळ्या विश्ववासियांप्रमाणे माझ्याही काळजातून
त्याच अर्थाचे शब्द निसटले... आई गऽऽ... देवाऽऽ
मृत्यूची घटना तशी दुःखदच असते.
पण कल्पनाचा आणि कोलंबियाचा मृत्यू चटका लावणारा होता.
तो दुर्दम्य आशावादाचा आणि तंत्रज्ञानाच्या अपुरेपणाचाही होता.
दुसरे दिवशी— नंतर कितीतरी दिवस
तपशिलाने वर्तमानपत्रे ओतून वहात राहिली
पण या तपशिलांना तसा अर्थ नसतो... जर आणि तर,
फरशा निखळल्या, तपमान वाढले, वेदना झाल्या नाहीत
इत्यादी... इत्यादी... इत्यादी.
पहिली - अंतराळवीर - भारतीय - स्त्री.
चारही बिरुदे तिने अभिमानाने मिरवली.
स्त्री, भारतीय, कुटुंब, परंपरा, संस्कार. लहान गावात जन्म,
बालपण, जगाच्याच काय पण भारताच्याही नकाशावर नगण्य
अशा शाळाकॉलेजातून शिक्षण. इथे माझ्यासारख्या लाखो
स्त्रिया आणि तिच्यामधले साम्य संपले.
पण याच साम्यामुळे तिला आलेले अनंत अडथळे मला कल्पनेने
जाणता आले. वाटले...
भातुकलीऐवजी सायकलीवरून हुंदडताना, केस कापताना,
बाहुलीऐवजी विमानाचा हट्ट धरताना,
वसतिगृहात राहून शिक्षण घेताना,
एरॉनॉटिक्ससारखा विषय निवडताना,
अमेरिकेत एकटी शिक्षणासाठी जाताना,

जीवभाव जुळलेल्या मित्राशी लग्न करताना,
विरोधाचे पर्वत लांघायची जिद्द हिच्यात कुठून आली असेल?
गगनाला गवसणी घालायची स्वप्नज्योत, तिने वाऱ्यावादळात,
उनपावसात कशी जपली असेल?
तशी स्वप्ने सारेच पाहातात. पण विरोधी सूर, परिस्थितीची
अनुकूलता, कुटुंबाने, संस्काराने, सामाजिकतेने, रूढिपरंपरेने
लादलेल्या निर्बंधांना तोंड देता देता
नव्याण्णवहजार नऊशे नव्याण्णव पूर्णांक नव्याण्णव शतांश
जणींची दमछाक होते.
उगवत्या, मावळत्या सूर्यागणिक त्या स्वप्नांवर, त्यांच्याच जळिताची
राख साचत त्याचा खडक कधी बनतो त्यांचे त्यांनाही कळत नाही.
तिने मात्र आपल्या अंतरातला स्फुलिंग तसाच पेटता ठेवला.
त्यावरती जमणाऱ्या राखेला प्रयत्नवादाच्या, बुद्धिवादाच्या
फुंकरीने उडवून लावले.
तो आणखी प्रज्वलित केला आणि एक दिवस त्याच स्फुल्लिंगाने
अग्निबाण पेटवून ती ताऱ्यांच्या दिशेने झेपावली.
तिथून दिसणाऱ्या पृथ्वीशी हितगुज करीत तिने संदेश दिला,
'स्वप्ने पहा आणि ती सत्यात आणा.'
तिच्यापुढे कुणी आदर्श नव्हता म्हणून ती डगमगली नाही.
विरोधाने अधिकच उजळणारी, झळाळणारी इंदिरेची जिद्द,
किरण बेदीचा दुर्दम्य आशावाद, कर्मवाद.
जे. आर. डी. ची आकाशाला पालाण घालायची ईर्ष्या,
आपली लढाई आपणच लढायची असते हा आईवडिलांचा जीवनसंघर्ष, वाचलेल्या
पुस्तकातले, ऐकलेल्या सुरातले...
एकएक प्रकाशकण वेचत तिने त्याचा ध्रुवतारा बनवला.
त्यावरची नजर न ढळवता ती पावले टाकत राहीली.
एक नवी वाट आपण निर्माण करत आहोत याची तिला जाणीवच नव्हती. मागून
येणाऱ्या, संधीअभावी तडफडणाऱ्या, विरोधाने डगमगणाऱ्या
असंख्य, अनाम तरुणींसाठी तिने एक लखलखता तारा
चमकत ठेवला आणि ती अंतर्धान पावली.
वीराला म्हणे रणांगणावर मृत्यू यावा असे वाटते.
तिलाही अवकाशात मृत्यू हवा होता का? ... असावा.
खुदीको कर बुलंद इतना, की हर तकदीरसे पहले, खुदा बंदेसे

पुछे, बता तेरी रजा क्या है... महंमद इकबालने हे उगाच
लिहिले नाही. फक्त वाहेगुरुने अवेळ साधली.
अजून तिला आकाश विंधायचे होते, शास्त्रीय गुपिते शोधायची
होती. मायभूमीला भेट द्यायची होती... खूप काही करायचे होते.
राख फक्त शरीराची होते.
विचारांची, आदर्शांची राख करणारा अग्नी अजून जन्मला नाही.
तिने असंख्य भारतीयांच्या मनात तेजाचे कण पेरले.
ते रुजतील, फुलतील आणि त्या तारकाफुलातून तिचेच तेज फांकेल.
फक्त शब्दानेच नव्हे तर कृतीने प्रत्यक्षात आणलेला
तिचा संदेश अमर आहे.
स्वप्नाकडून सत्याकडे जाणारी वाट खरंच अस्तित्वात आहे.
तिच्या माझ्यातील आणखी एक साम्य,
शब्दावरचे प्रेम.
म्हणून ही शब्दांची फुले तिच्या स्मृतीला समर्पित

माधुरी शानभाग

ऋणनिर्देश

१ फेब्रुवारी, २००३ च्या घटनेनंतर प्रकाशित झालेल्या वर्तमानपत्रातील कात्रणे, साप्ताहिकातील मजकूर, रविवार पुरवण्यात आलेले विशेष लेख यातील मुद्दे या पुस्तकलेखनासाठी वापरले आहेत. महाजालावरील संकेतस्थळांचीही मदत घेतलेली आहे.

माझी भाची डॉ. अर्चना प्रभू हिने संगणकावरून महाजालातील अनेक पाने उतरवून मला छापून दिली. संकेतस्थळे शोधून दिली. हातातील लेखनाचे काम बाजूला ठेवून मी हे लिहावे का? अशा दुविधेत असताना प्रा. मीना खानोलकर या मैत्रिणीने आणि एकदोन हितचिंतकांनी जरुर लिही असा सल्ला दिला.

मेहता पब्लिशिंग हाऊसचे श्री. अनिल मेहता यांच्यामुळे हे पुस्तक अल्पावधित येऊ शकले.

या सर्वांची मी आभारी आहे.

पुस्तकात ज्या त्रुटी वाचकांना जाणवतील त्यांना मी जबाबदार आहे. पण कुणाला त्यातून काही घ्यावेसे वाटले तर ते 'कल्पना चावला' या 'संकल्पना' बनलेल्या स्त्रीचे आहे.

माधुरी शानभाग

१. कर्नाल ते केप कॅनव्हेराल

१९६१ साली सोव्हिएट रशियाने अवकाशात पहिले मानवसहित यान सोडले आणि युरी गागारीन हा जगातील पहिला अंतराळ वीर ठरला. त्यावर्षी भारतात कल्पना चावलाचा जन्म झाला. आपल्या चौथ्या आणि शेवटच्या अपत्यजन्माच्या वेळी सर्वसामान्य भारतीय स्त्रीप्रमाणे कल्पनाच्या आईला मुलगा व्हावा अशी इच्छा होती. पण मुलगी झाली. मुलगा काय मिळवेल असे यश कल्पनाने मिळवले आणि आईवडिलांना नाव मिळवून दिले. असे म्हणतात,

पुत्र व्हावा ऐसा गुंडा
त्याचा तिन्ही लोकी झेंडा

या मुलीने आपला झेंडा सात खंडांची पृथ्वी आणि शेकडो मैल पसरलेले वातावरण भेदून अवकाशात रोवला.

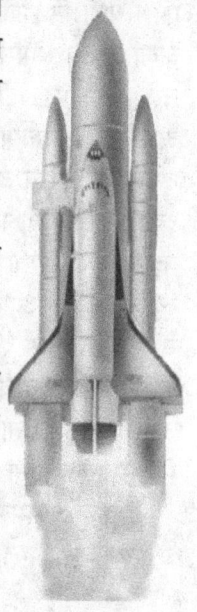

कल्पनाची कहाणी तिच्या जन्माआधीपासून सुरू होते. दुर्दम्य जीवनेच्छेचा, चिवट वृत्तीने झुंजत राहायचा वारसा तिला तिच्या आईवडिलांकडून मिळाला. यशस्वी व्हायची जिद्द तिच्या वडिलांकडून थेट तिच्या रक्तात उतरली. १९४७च्या भारत-पाक फाळणीमध्ये दोन्हीकडच्या सीमेवरील भागात अनेक कुटुंबांची वाताहत झाली. पिढ्यानपिढ्या मुळे रूजलेली मायभूमी सोडून, बेवारस होऊन, जीवाच्या भीतीने

अनेकांना पळावे लागले. श्री. बनारसीलाल चावला यांचे कुटुंब त्यापैकी एक होते.

पाकिस्तानातील शेहुपुरा गावात श्री. लाभमल चावला यांचे कुटुंब राहात होते. प्रत्यक्ष दंगे सुरू झाले तेव्हा ते कामानिमित्त अमृतसरला गेले होते. तशी परिस्थिती उद्‌भवली तर तुम्ही सर्व काकांकडे जा असे त्यांनी आपल्या बनारसीलाल या अवघ्या पंधरा वर्षांच्या मुलाला सांगितले होते. परिस्थिती चिघळली तेव्हा बनारसीलाल आपली आई, दोन भाऊ, बहीण यांना घेऊन काकांकडे चुरकाना मंडी इथे गेले. दोन दिवसांनी शेहुपुराला परत जाऊन आपली गुरे आणायचे त्यांनी काकांच्या सल्ल्याने ठरवले आणि ते दोघे निघाले. वाटेतच त्यांना हिंदूंची कत्तल होत असल्याच्या बातम्या मिळाल्या. काकांनी बनारसीलालना परत पाठवले अन् आपण एकटे गुरे परत आणतो म्हणून निघून गेले. त्यानंतर ते कोणालाही दिसले नाहीत. त्यांना मारण्यात आले हे कळल्याबरोबर कोवळ्या बनारसीलालनी सर्व कुटुंबाला घेऊन भारतात जायचे ठरवले. आणि जमेल ते सोबत घेऊन ते रेल्वे स्टेशनवर आले. पोत्यात बटाटे कोंबावेत तशी माणसे डब्यात कोंबली होती. आई, बहिणी आणि लहान भावंडांना त्यांनी कसेबसे डब्यात बसवले आणि ते दोन डब्यांना जोडणाऱ्या सांध्यावर बसले. दिवसरात्र भीतीच्या छायेखाली अन्नपाण्याविना केलेला तो प्रवास एखाद्या न संपणाऱ्या दुःस्वप्नासारखा होता. कोणत्याही ठिकाणी गाडी थांबे. आसपास तलवारींचा खणखणाट सुरू होई, कुणावर तरी सपासप वार केले जात आणि रक्ताचे थारोळे सांचून त्यात कुणी तरी मरून पडलेले पाहावे लागे. एखादी गोळी सुसाटत येई आणि बाजूचा कुणीतरी यमसदनी पोचलेला दिसे. मृत्यू काही इंचावरून हुलकावणी देत दुसऱ्याला गाठत असलेला त्यांना पाहावे लागले. काहीवेळा डब्यामध्ये जिवंत व्यक्तीपेक्षा मृतांची संख्या जास्त असे. स्त्री-पुरुष, मुले, तरूण, म्हातारे कशाचीही पत्रास न बाळगता खून पाडले जात होते. एकदा तर अन्नापेक्षा तहानेने जीव व्याकुळ झाला आणि बनारसीलाल बसल्याजागी रेल्वेच्या डब्याच्या सांध्यावरच बेशुद्ध पडले. स्टेशन आले तसे धाकटा भाऊ त्यांना पहायला आला तेव्हा ते बेशुद्ध पडल्याचे कळले. कुणीतरी बाजूच्या डबक्यातले साचलेले घाण पाणी त्यांच्या तोंडावर मारले, त्यांना प्यायला दिले आणि मग ते शुद्धीवर आले. सहा दिवस नरकयातना भोगत ते अमृतसरला पोचले.

इकडे लाभमल रोज रेल्वे स्टेशनवर जात. गाड्यांमागून गाड्या तपासत. आपली बायकोमुले शोधत. कुणीतरी त्यांना चुरकानामंडीच्या भावाला कापलेली

बातमी दिली. कुणी म्हणाले, सर्व कुटुंब मारले गेले. पण लाभमल यांनी आशा सोडली नाही. आशानिराशेच्या हिंदोळ्यांवर झोके घेत ते स्टेशनवर बसून राहिले. गाड्यांमधून आपल्या कुटुंबाला शोधत राहिले आणि एक दिवस त्यांची भेट झाली. सर्वजण निर्वासितांच्या छावणीत आले. काही काळाने थोडे सावरल्यानंतर ते दिल्लीपासून सव्वाशे किलोमीटरवर असलेल्या कर्नाल गावात आले. एका पडक्या मशीदीच्या खोलीत वीसजणांनी आपला संसार थाटला.

राखेतून उठून पुन्हा भरारी घेणाऱ्या फिनिक्स पक्ष्याची जिद्द त्यांच्याठायी होती. आपल्या शीख धर्माच्या शिकवणुकीवर पूर्ण विश्वास असलेल्या चावला कुटुंबाने मिळेल ते काम पत्करून जीवनाशी दोन हात केले. मिळेल ती कष्टांची नोकरी केली. त्यांना अनेक कटू अनुभव आले. कष्टाच्या मोबदल्याऐवजी फसवणूक वाट्याला आली. हळूहळू दिवस पालटत गेले. खोके बनवायच्या व्यवसायाने त्यांना पोटभर खायला मिळू लागले. थोडी स्थिरता आली आणि बनारसीलाल यांचा एका डॉक्टरच्या मुलीशी, संयोगिता खरबंदा हिच्याशी विवाह झाला. हेही कुटुंब फाळणीने पोळलेले होते. कर्नाल येथे लहानमोठा व्यवसाय करत बनारसीलाल यांचा जम बसला पण श्री. लाभमल त्या जखमा विसरू शकले नाहीत. मुलावर सर्व कुटुंब सोपवून त्यांनी एका गुरुचा आसरा घेतला आणि जवळ जवळ संन्यास घेतला. गरीबांची सेवा करण्यासाठी लाभमल आणि त्यांच्या पत्नीने कर्नालला 'निर्मल कुटिया' नावाचा आश्रम काढला आणि उर्वरित आयुष्य तिथेच काढले. आज त्यांचे शिष्य तो आश्रम चालवतात. १९९७ मध्ये लाभमल वारले.

बनारसीलाल आणि संयोगिता या जोडप्याला चार मुले झाली. सुनिता, दीपा या पहिल्या दोन मुली, मग संजय हा मुलगा आणि धाकटी कल्पना. १ जुलै १९६१ला कर्नाल येथे कल्पनाचा जन्म झाला.

श्री. बनारसीलाल यांनी बिन्नी मिलच्या कपड्यांचा विक्रीचा व्यवसाय सुरू केला आणि त्यांना चांगलाच पैसा मिळाला. एक दिवस त्यांच्या स्कूटरचे चाक बदलायचे होते. टायर नादुरूस्त झाला म्हणून तो बदलण्यासाठी त्यांना पार दिल्लीपर्यंत फिरावे लागले. त्यांनी मग टायर बनवायचा व्यवसाय चालू करायचे ठरवले आणि दोन इंजिनियरना घेऊन स्वत:चा कारखाना चालू केला. त्यात त्यांचे बरेच पैसे गेले. आजवर मिळवलेले सर्व काही पणाला लावूनही धंदा सावरला नाही. तोपर्यंत सर्व सख्खी, चुलत भावंडे आपापला व्यवसाय करून वेगवेगळ्या जागी सुस्थिर झाली होती. दिल्लीतील त्यांचा भाऊ त्यांच्या पाठीशी

उभा राहिला आणि त्यांचा हा व्यवसाय पुढे चांगलाच भरभराटीला आला. 'सुपर टायर्स' हा कारखाना कोणतीही तांत्रिक परकीय मदत न घेता हळूहळू मशीनमध्ये सुधारणा करून आपणच यंत्रे बनवून सुरू केला असे ते सांगतात.

कल्पना बालवयाची असल्यापासून बाहेरच्या जगात रमणारी होती. मुलीच्या हिशोबात चांगलीच हूड होती. धाकटी असल्याने घरीदारी सर्वांची लाडकी होती. वडील व्यवसायासाठी भरपूर कष्ट घेतात हे तिने लहानवयात पाहिले, जाणले. मोठ्या दोघींपेक्षा तिला जास्त सवलती मिळत गेल्या. आपल्या बहिणींपेक्षा तिचे आपल्या भावाशी, संजयशी जास्त जमे. त्याच्याप्रमाणे तिचे सर्व खेळ मुलांचे असत. त्याचे ऐकणे, अनुकरण करणे, तिला आवडत असे. ताईंबरोबर घरात रमण्यापेक्षा भावाबरोबर बाहेर धांगडधिंगा घालणे तिला मनापासून आवडे. दोघे मिळून घराबाहेर फुलवलेल्या बागेला पाणी घालत. संजय तिला सांगे,

'तू बालडीतून पाणी भरून आण, मी तांब्याने पाणी घालतो.'

तिने काही दिवस त्याची आज्ञा पाळली. मग तिच्या लक्षात आले कष्टाचे काम आपल्यावर ढकलून हलके काम करायची ही भावाची चलाखी आहे. तिने मग हे एकतर्फी काम बंद केले.

तशी ती हट्टी होती. आपलेच म्हणणे खरे करण्यासाठी ती परत परत विचारत राही आणि होकार मिळेपर्यंत चिवटपणे झुंजत राही. कर्नालच्या टागोर बालनिकेतन सिनियर सेकंडरी शाळेत सर्व भावंडे जात. शाळेत एक हुशार मुलगी म्हणून ती शिक्षकवर्गात लवकरच लोकप्रिय झाली. ती नेहमी पहिल्या पाचात येत असे. अनेक गोष्टीत तिला रस होता. बरोबरीच्या मुली जेव्हा बाहुल्या घेऊन खेळत, भातुकलीत रमत, तेव्हा कल्पना सायकलवरून वेगाने पायडल मारत चेहऱ्यावर वाऱ्याचे सपकारे घेत असे. घरी तिला सर्वजण लाडाने मोंटू म्हणत असत. तिचा स्वभाव साहसी होता. तिचे हे वाऱ्याचे वेड शेवटपर्यंत तिची सोबत करत राहिले. त्या काळात तिने आपले केस स्वतःच मुलासारखे कापले होते. सुटीच्या दिवशी इतर मुलींसारखे नटणे, मुरडणे, घरकाम करणे या ऐवजी समवयस्क मुलांना घेऊन कर्नालच्या आसपास सायकलवरून पिकनिकला जाणे तिला आवडे. तीच असे बेत पुढाकार घेऊन पार पाडत असे. शाळेत भरतनाट्यम् बरोबर ती कराटेही शिकली होती. सर्व खेळात तिला रस होता. शाळेच्या स्पोर्टस् डेला अनेक बक्षिसे मिळवून ती घरी आणत असे.

माध्यमिक वर्गात असताना एकदा सगळ्या मुलांना विज्ञानाच्या शिक्षकांनी पर्यावरणावरती लहानसा प्रकल्प करायला सांगितला होता. कल्पनाने एक भलेमोठे

पोस्टर बनवले. त्यामध्ये आकाशात उडणारी विमाने, अवकाशयाने, ग्रह आणि तारे यांची चित्रे होती. त्यावेळेपासून कल्पनाच्या मनात आकाशात उडण्याचे स्वप्न बीजरूपाने पेरलेले होते. तिचा भाऊ संजय 'मला पायलट व्हायचे आहे' असे नेहमी म्हणत असे. आणि

कल्पनाच्या बालपणी तिचा भाऊ तिच्यापुढे आदर्श होता. कल्पनाचे कुटुंब तसे पारंपरिक विचाराचे होते पण वडील व्यवसायाच्या निमित्ताने शहरातून फिरत, परदेशी जात, त्यामुळे आधुनिक विचारांची त्यांना कल्पना होती. उत्तम मार्कांनी शालेय शिक्षण संपवून कल्पनाने कर्नालच्या दयालसिंग कॉलेजमध्ये पदवीपूर्व वर्गांचे दोन वर्षे शिक्षण घेतले.

आणि गुणवत्तेवर चंदीगडच्या पंजाब इंजिनिअरींग कॉलेजात प्रवेश मिळवला.

कल्पनाच्या कुटुंबात मुलींनी बाहेरगावी वसतिगृहात राहून शिक्षण घेणे कुणालाच पसंत नव्हते. कल्पना आपल्या हट्टाला चिकटून राहिली. आईसकट सर्व वडिलधाऱ्यांनी तिला विरोध केला तेव्हा तिची तीनही भावंडे तिच्या पाठीशी उभी राहिली. वडील आले तेव्हा त्यांनी तिची समजूत घालायचा प्रयत्न केला. उच्चशिक्षण घेण्यास त्यांचा विरोध नव्हता. त्यांनी तिला परोपरीने सांगितले की तुला व्यावसायिक व्हायचे असेल तर डॉक्टर किंवा प्राध्यापक हो. इंजिनियरींग हा व्यवसाय मुलींसाठी योग्य नाही. पण पुन:पुन्हा ती हेच उगाळत राहिली, मला इंजिनियर व्हायचे आहे. मग शेवटी वडिलांनी तिला होकार दिला. तिने एकटीने न राहाता आईने तिच्यासोबत राहावे अशी तडजोड करण्यात आली. कॉलेजात प्रवेश घेण्यासाठी ती गेली तेव्हा तिच्यासोबत अख्ख्या कॉलेजात फक्त सात मुली होत्या. तिला मेकॅनिकल वा इलेक्ट्रिकल हा विषय निवडण्यास सुचवण्यात आले. पण कल्पनाने आपल्याला एरॉनॉटिक्स याच विषयात प्रवेश हवा असे निक्षून सांगितले. तिचा निर्धार पक्का होता. एरॉनॉटिक्स विभागप्रमुख डॉ. व्ही. एस. मल्होत्रा यांना तिने सांगितले.

'मला याच विषयात पुढे शिकायचे आहे, नाहीतर मी परत जाणार.' आपली

लढाई आपणच लढायची असते हे ती आतापर्यंत वडिलांकडून, भावाकडून शिकली होती.

तिच्या आवाजातला ठामपणा पाहून ते म्हणाले, 'पण का?'

'कारण मला हेच शिकायचे आहे.'

तेव्हा तिला प्रवेश देण्यात आला. एरॉनॉटिक्स या विषयात प्रवेश घेणारी ती एकच मुलगी होती.

कर्नालला असताना तिचा भाऊ संजय कर्नालच्या फ्लाईंग क्लबमध्ये जात असे. त्याच्या पावलावर पाऊल ठेऊन कल्पनानेही वैमानिक व्हायचे मनाशी पक्के ठरवले होते. मुलगा असल्याचा फायदा संजयला मिळाला आणि त्याने क्लबशी जोडलेल्या फ्लाईंग स्कूलमध्ये जायला सुरुवात केली. कल्पनालाही भावाप्रमाणे त्या शाळेत जाऊन विमान उडवायला शिकायचे होते. पण तिथल्या अधिकाऱ्यांनी तिच्या वडिलांना बोलावून तिला प्रवेश घेण्यासाठी परवानगी देऊ नये असे सुचवले. विमान उडवणे हा फक्त पुरुषांचा प्रांत आहे असा तिच्या कुटुंबाबरोबर त्या क्लबच्या सर्व सदस्यांचा दृष्टिकोन होता. त्यामुळे वडिलांनी तिच्या प्रवेशाच्या अर्जावर परवानगी देण्यासाठी नकार दिला. फ्लाईंग स्कूलमध्ये तिला प्रवेश मिळाला नाही.

मध्यमवर्गीय पारंपरिक शीख कुटुंबात मुलींनी संस्कारक्षम वयात कसे वागावे यांच्या साचेबंद कल्पना असतात. त्याला अनुसरून तिच्या जवळच्या नातेवाईकांना कल्पनाचे हट्ट करणे, मुलांची म्हणून खास ओळखली जाणारी क्षेत्रे आहेत त्यात प्रवेश करण्याला विरोध होता. आईवडिलांना तिची गुणवत्ता, हुशारी ठाऊक होती तरी समाजाच्या, नातेवाईकांच्या बोलण्यापुढे, त्यांच्या दबावाखाली तेही तिला विरोध करत. कल्पनाने त्यावेळी माघार घेतली तरी विमान उडवायचे आपले स्वप्न मनात तसेच जपून ठेवले. इंजिनियरींगला एरॉनॉटिक्स हा विषय घेणे तिच्यासाठी महत्त्वाचे होते. कारण त्या स्वप्नाजवळ जायची एक वाट तिला त्यावेळी दिसली. वैमानिक नाही तर निदान विमानाचे तंत्रज्ञान तरी शिकावे अशी तडजोड तिने केली. एकटी मुलगी असूनही तिने तो अभ्यासक्रम त्याच मेहनतीने पूर्ण केला.

कल्पनाच्या थोरल्या बहिणीने पदवी परीक्षेत पंजाब विद्यापीठाचे सुवर्णपदक मिळवले होते. बहिणीच्या पावलावर पाऊल ठेवत कल्पनानेही शेवटच्या वर्षी पंजाब विद्यापीठात पहिला क्रमांक मिळवला.

दरम्यान संजयच्या मुलाला चांगल्या शाळेत शिकता यावे म्हणून चावला

कुटुंब दिल्लीला येऊन राहिले. वडील व्यवसायानिमित्त सोनपत, कर्नाल येथे जात-येत असत. दिल्लीच्या एशियन व्हिलेज भागातील एका प्रशस्त घरात सर्व कुटुंब राहू लागले. संजयने पायलट बनण्यासाठी सगळे प्रयत्न केले. पण प्रकृतीमुळे त्याला पुढील प्रशिक्षण नाकारण्यात आले. आपण विमान उडवू शकणार नाही हे स्वीकारून संजय वडिलांच्या व्यवसायामध्ये मदत करू लागला. चावला कुटुंबाच्या दिवाणखान्यात विमानाची, रॉकेटची छान चित्रे लावलेली होती. ती सर्व काढून टाकण्यात आली तरी, कल्पनाच्या अंतर्मनातली चित्रे कुणाला पुसून टाकता आली नाहीत. उत्तम शाळा, उत्तम शिक्षण मिळावे म्हणून चावला कुटुंब दिल्लीत स्थलांतरीत झाले पण कर्नालच्या शाळेत शिकूनही कल्पनाने आपले स्वप्न पुढे पुरे केले. मुळामध्ये व्यक्तिमत्त्वात ज्या छटा असतात त्या चांगल्या शाळेमुळे अधिक गडद होतात हे खरे असले तरी लहान गावात शिक्षण मिळाले म्हणून अडत नाही. कर्तृत्व असेल तर हातून फार मोठी कामे होऊ शकतात. हा विरोधाभास खुद्द चावला कुटुंबातच घडून आला.

इंजिनियरिंगच्या शेवटच्या परीक्षेत दैदीप्यमान यश मिळवले तरी कल्पनाला थांबणे मंजूर नव्हते. तिच्या निकालानंतर तिच्या कॉलेजने आपल्याकडे शिकवायला येण्यासाठी नोकरी देऊ केली. पण कल्पनाने त्याआधीच अमेरिकेत उच्च शिक्षण घेण्यासाठी जायचा निर्धार केला होता. त्यासाठी अनेक विद्यापीठात अर्ज पाठवले होते. आजच्यासारखी इंटरनेटसेवा त्या काळात उपलब्ध नव्हती. सर्व व्यवहार पोस्टाने करावे लागत आणि त्यात वेळ जात असे. टेक्सास विद्यापीठात तिला एरॉनॉटिक्स मध्येच उच्च पदवी घेण्यासाठी प्रवेश मिळाला पण वडील त्यावेळी परदेशी असल्यामुळे तिला एकटीला निर्णय घेणे शक्य नव्हते. कारण कुटुंबातील इतरांचा, आईसह तिला जोरदार विरोध होता. लग्न न करता एकट्या मुलीने परदेशी जाऊन शिकणे ही गोष्ट त्या पारंपरिक शीख कुटुंबाला पचवणे सोपे जाणार नव्हते. कल्पनेने आपल्या कॉलेजची नोकरी स्वीकारली.

२६ ऑगस्टला वडील परतले तेव्हा तिने त्यांच्याकडे हट्ट धरला. पुन:पुन्हा ती त्यांना 'मला उच्च शिक्षणासाठी अमेरिकेत जायचे आहे,' असे सांगत राहिली. आणि अखेर त्यांनी संमती दिली. टेक्सास विद्यापीठात प्रवेश घ्यायची शेवटची तारीख होती, ३१ ऑगस्ट. या वेळीही संजयसह, दोन्ही बहिणी, तिच्या पाठीशी उभे राहिल्या. मग संजयने तिच्या बरोबर जायचे, तिची नीट व्यवस्था लावायची या अटीवर तिला जाऊ देण्याचे, ठरवण्यात आले. एकदा तिला होकार दिल्यावर मग मात्र वडिलांनी तिच्या जाण्यासाठी आपले वजन खर्ची करून, धावपळ करत

चार दिवसात तिचा पासपोर्ट, व्हिसा, तिकीट आदी सोपस्कार आटोपले. ऐनवेळी तिकीट हव्या त्या तारखेचे मिळू शकले नाही. मग फोन करून टेक्सास विद्यापीठातील संबंधित विभागाला ती उशीराने प्रवेश घेत आहे हे कळवण्यात आले. त्यांनी परवानगी दिली. अठ्ठावीस ऑगस्टला सर्व सोपस्कार आटोपून ती मध्यरात्री संजयबरोबर विमानात बसली. ते साल होते १९८२. त्या आधी एक वर्ष 'नासा' या अमेरिकेतील अवकाश संशोधन संस्थेने 'कोलंबिया' हे अवकाश यान बांधले होते.

कल्पनाला नंतर विचारण्यात आले की एवढ्या पांरपरिक घरातून तुला आईवडिलांनी कसे जाऊ दिले? तेव्हा ती हसत उत्तरली, 'माझे वडील जुन्या परंपरा जपत असले तरी नव्याचे स्वागत करण्याएवढे त्यांचे मन मोठे होते. मला त्यांनी विरोध जरूर केला पण कधीही ठाम नकार दिला नाही. मला तिथेच शिकायला जायचे आहे हे मी त्यांना इतक्यांदा ऐकवले की त्यांना शेवटी होकार द्यावा लागला.' इतर भारतीय सनातनी संस्कार पाळणाऱ्या कुटुंबात वडिलांना असे विचारणेही मुलींना शक्य होत नाही. दहावेळा नकार दिल्यावर अकराव्यांदा त्यांचे म्हणणेही ऐकून घेतले जात नाही.

शाळा कॉलेजात असल्यापासून आकाशात विमान चालवत उडणे हे तिचे स्वप्न होते. त्यासाठी वाटेल ते करायची तिची तयारी होती. आपल्याला जे करायचे आहे त्याबद्दल ती ठाम होती. आपले स्वप्न पूर्ण करण्यासाठी ती सर्वार्थाने प्रयत्न करत राहिली. प्रथमदर्शनी अशक्य वाटणारी गोष्ट सतत प्रयत्न करत राहिले तर मिळू शकते. वाट अवघड असली तरी पावले टाकत राहिल्यावर हळूहळू रस्ता सापडत जातो. आपल्या हृदयामध्ये दुर्दम्य आशा हवी, स्वतःवर विश्वास हवा. सर्व काही झोकून देऊन, अर्जुनापुढे असलेल्या माशाच्या डोळ्याप्रमाणे ध्येयाकडे नजर लावलेली हवी. कोणत्याही विरोधाला घाबरून मागे हटण्याची, मार्ग बदलायची वृत्ती सोडून दिली, तात्पुरती माघार घेतली, तडजोडी केल्या तरी ध्येय गाठायची ईर्ष्या सतत जागृत ठेवली तर आपल्याला हवे ते मिळवता येते यावर कल्पनाचा विश्वास होता.

अमेरिकेत पोचल्यावर युनिव्हर्सिटी ऑफ टेक्सास अर्लिंग्टन येथे कल्पनाने एरोस्पेस इंजिनियरिंग याच विषयात आपल्या पदव्युत्तर शिक्षणाला सुरुवात केली. तिची नीट व्यवस्था लावून संजय परत गेल्यावर तिने विमान उडवायला शिकण्यासाठी चौकशी चालू केली. अमेरिकेत प्रत्येक लहानमोठ्या शहरात मुलगा-मुलगी हा भेद न पाळता कुणालाही विमान शिकणे शक्य असते. अर्लिंग्टनला गेल्यागेल्या

तिची जीन पियरे हॅरिसन या अमेरिकन तरूणाशी ओळख झाली. मूळचा फ्रेंच असलेला जीन पियरे हा जेपी या नावाने ओळखला जात असे. विमान चालवण्याचे प्रशिक्षण देणे हा त्याचा व्यवसाय होता. वैमानिक बनायचे भारतात स्त्री असल्याने अपुरे राहिलेले स्वप्न आता प्रत्यक्षात आणण्यासाठी कल्पनाने जेपीकडे विमान चालवायचे धडे घ्यायला सुरुवात केली. जेपीने या हसऱ्या महत्त्वाकांक्षी मुलीच्या मनातील स्वप्न फुलवण्यास मदत केली. नुसते विमान चालवणे ती शिकलीच पण मूळच्या साहसी स्वभावाला अनुसरून विमानाचे थरारक खेळही तिला यथावकाश जेपीकडून शिकता आले. त्याच्यामुळे ती पाण्यातील 'स्कूबा डायव्हिंग' हा रोमांचक प्रकारही शिकली. पाठीवरती प्राणवायूने भरलेले नळकांडे बांधून आणि डोक्यावरती संरक्षक हेल्मेट घालून या खेळामध्ये पाणबुड्याप्रमाणे खोल पाण्यात जातात. कपाळावरती प्रखर दिवा असतो. त्याच्या प्रकाशात समुद्रतळाशी असलेले खडक, मासे, वनस्पती इत्यादी पाहाणे, पायांना बांधलेल्या वल्ह्यासारख्या बुटाने खोल पाण्यात विहार करणे. इ. अनेक थरारक गोष्टी या खेळामध्ये करतात. विमानातून लांबवर फिरून येणे ही दोघांच्याही आवडीची गोष्ट पुन:पुन्हा करताना प्रीतीचे धागे जुळले.

घरच्यांचा या लग्नाला अर्थातच प्रचंड विरोध होता. पण तिचा आपला हट्ट खरा करायचा स्वभाव सर्वांना परिचयाचा होता. यावेळीही संजय तिच्या पाठीशी उभा राहिला. एवीतेवी ती लग्न करणारच मग विरोध करून तिच्याशी संबंध

संपुष्टात येतील, काही झाले तरी ती त्यांची लाडकी मोंटू होती. सूज्ञपणाने तिच्या घरच्यांनी माघार घेतली आणि १९८४ साली जेपी आणि कल्पना चावला यांचे लग्न झाले. शांत, मितभाषी, एकांतप्रिय जेपी आणि मेहनती, हसरी कल्पना यांचा विवाह म्हणजे आदर्श सहजीवन होते. दोघे आपले वैवाहिक जीवन खाजगी आहे असे मानत. जेपीने तिच्या स्वप्नांना समजून घेतले आणि त्यांना मूर्त स्वरूपात आणण्यासाठी सर्वतोपरी साथ दिली. सहा फूट उंच, आपल्या सोनेरी केसांचा पोनिटेल बांधणाऱ्या, जेपीने कल्पनाचा नवरा आणि जिवलग मित्र या दोन्ही भूमिका उत्तम निभावल्या. तो सतत तिच्या पाठीशी खडकासारखा निश्चल आधार देत राहिला. दोघेही आपापल्या कामात, व्यवसायात मग्न होते. जो काही वेळ मिळेल तो एकमेकांसोबत ते काढत त्यामुळे आसपासच्या भारतीय किंवा अमेरिकन कुटुंबाशी त्यांचे तसे घरोब्याचे संबंध नव्हते. पण निवडक मित्रमैत्रिणींच्या वर्तुळात ते रमत असत.

युटीएमध्ये (युनिव्हर्सिटी ऑफ टेक्सास अर्लिंग्टन) ती जेव्हा प्रथम आली तेव्हा ती आसपासच्या वातावरणाने भांबावलेली, शांत आणि स्वत:विषयी फारसे न बोलणारी मुलगी होती. लवकरच तिने कात टाकली. विद्यार्थिनी म्हणून ती गुणी, मेहनती होतीच पण नकार घेणे तिच्या स्वभावात नव्हते. बरोबरचे इतर भारतीय विद्यार्थी तिच्या अवकाशयात्री बनायच्या स्वप्नाला हसत असत. आपल्यामागे आयआयटी सारख्या संस्थेचे नाव नाही, आपण कर्नालसारख्या लहान शहरातून आलेलो आहोत याचा मानसिक दबाव तिच्यावर पहिला काही काळ होता पण आकाशात उडण्याचे साहस जेपीच्या साथीने पूर्ण झाले तसा तिला आत्मविश्वास आला. आपल्या स्वप्नाचा पाठपुरावा करत ते सत्यात आणण्यासाठी ती सर्व शक्तीनिशी प्रयत्न करत राहिली.

एरॉनॉटिक्स हाच विषय अभ्यासासाठी निवडल्याने तिने त्याकडे अजिबात दुर्लक्ष केले नाही. याबरोबरच आपली संगीताची आवड तिने वाढवली. वाचन ती पूर्वीपासून करत असे. आपले व्यक्तिमत्त्व चारी बाजूने फुलवण्यात तिने बिलकुल कसूर केली नाही. आता तिला तसा विरोध करणारे कुणी नव्हते. जेपीने तर तिच्या प्रत्येक आवडीला दिशा मिळावी असे प्रयत्न केले. उत्तम रीतीने आपली मास्टर ऑफ सायन्सची पदवी मिळवून तिने कोलोरॅडो विद्यापीठात एरोस्पेस इंजिनियरींग, म्हणजे अवकाशात जाणाऱ्या वस्तूंसाठी लागणारे तंत्रज्ञान यातील विषय आपल्या डॉक्टरेटच्या प्रबंधासाठी निवडला. त्या सुमारास अवकाश तंत्रज्ञानात झपाट्याने बदल होत होते. नवेनवे प्रयोग केले जात होते. आणि नवे तंत्रज्ञान

वापरून अवकाशयाने बांधली जात होती.

'कोलंबिया'चा जन्म होण्यापूर्वी अवकाशयाने अवकाशात पोचवणारे उड्डाणयान पृथ्वीवर परतत नसे. उपग्रह असलेला भाग (मोड्युल) अवकाशात म्हणजे पृथ्वीच्या गुरुत्वाकर्षणाच्या पलीकडे पोचूवन सुखरूप फिरते ठेवले की उड्डाणयान (लाँच व्हेइकल) गुरुत्वाकर्षणाने खाली पडत असे. येताना त्याचा वेग प्रचंड वाढत जाई आणि हवेशी होणाऱ्या घर्षणाने ते जळून नष्ट होई. पृथ्वीवर पडणाऱ्या लहानमोठ्या उल्केप्रमाणे त्याचे तुकडे तुकडे होत. ते समुद्रात पडतील अशा तऱ्हेने योजना केलेली असे. मोड्युल वा भ्रमणकक्षातील अंतराळवीरांना परत आणण्यासाठी एक लहानशी पेटीवजा केबीन असे ती समुद्रात पडून तरंगत राही. पृथ्वीच्या वातावरणातून येताना तिचा वेग कमी करण्यासाठी विरूद्ध दिशेने तिला वेग देण्यात येई. तसेच पृथ्वीच्या पृष्ठभागाजवळ आल्यावर पॅरॅशूटच्या साहाय्याने उतरणे अगदी सावकाश होईल याची काळजी घेतली जाई. हेलिकॉप्टरच्या साहाय्याने ती तरंगणारी केबीन शोधून नियोजित जागेभोवती जहाज ठेवलेले असे. ते अंतराळवीर असलेली केबीन सुखरूप किनाऱ्यावर आणत असे. सत्तरच्या दशकात यात झपाट्याने बदल झाले आणि तंत्रज्ञानाने अवकाशयानाच्या बांधणीत आमूलाग्र बदल घडवले. अंतराळ मोहिमांसाठी पुन:पुन: वापरता येतील अशी अवकाशविमाने बांधण्यात आली. कोलंबिया हे त्यातले पहिले यान. त्यानंतर चॅलेंजर, डिस्कव्हरी, अटलांटिस, एंडेव्हर मिळून एकूण पाच अवकाशयाने नासाच्या तंत्रज्ञांनी बांधली. पंधराव्या सोळाव्या शतकात जहाजांच्या बांधणीत मोठे बदल घडले आणि नवे भूप्रदेश शोधून काढण्यासाठी जी प्रचंड मोठी जहाजे बांधण्यात आली त्यांची ही नावे आहेत. ही जहाजे वापरून अटलांटिक, पॅसिफिक महासागरातील अनेक बेटे पुढे शोधण्यात आली. नासाने या जहाजांची नावे आपल्या अवकाशयानाना देऊन 'नवे शोधण्यासाठी' इतिहासाचा वापर करून औचित्य साधले. निर्मिती करताना ही अवकाशयाने शंभर उड्डाणे पूर्ण करतील या उद्देशाने बांधली होती. त्यातले चॅलेंजर हे अवकाशयान १९८६ साली उड्डाण केल्याबरोबर लगेचच जळून गेले. आतल्या सात अंतराळयात्रींचा त्यामधे बळी गेला. तो एक अपघात होता. त्यामुळे नासाचा पुढील कार्यक्रम थोडा लांबला पण तत्कालीन अमेरिकन अध्यक्ष रोनाल्ड रीगन यानी तो पुन्हा पुनरूज्जिवीत व्हावा म्हणून प्रयत्न केले. ही घटना घडली तेव्हा कल्पना चावला कोलोरॅडो विद्यापीठात आपल्या डॉक्टरेटसाठी संशोधन करीत होती. चॅलेंजरच्या अपघाताने सगळे जग हादरले. कारण नासाच्या इतिहासातील हा पहिला मोठा अपघात होता.

पण या अपघाताची भीषणता कल्पनाच्या दृढनिश्चयाला हलवू शकली नाही. विज्ञानावरचा, तंत्रज्ञानावरचा तिचा गाढ विश्वास यातून दिसून येतो.

टेक्सास सोडून ती बोल्डर या गावी रहायला गेली तरी टेक्सासमधील आपल्या विभागातील प्राध्यापकांशी, सहकाऱ्यांशी तिने संपर्क ठेवला होता. विमान उडवायचा छंदही वाढवला. तिने त्याच्या वेगवेगळ्या प्रकारातले

प्रावीण्य मिळवून त्यात प्रभुत्व मिळवले. डॉक्टरेटच्या निमित्ताने विमानाचे तंत्रज्ञान ती शिकू शकली. सरळ, गुरुत्वाकर्षणाच्या विरूद्ध दिशेने, ऊर्ध्वगामी उड्डाण करण्यासाठी लागणारी ऊर्जा आणि वस्तुमानाला मिळणारा प्रवेग यांची समीकरणे शोधून त्यांचे संगणकीकरण करणे, त्यासाठी प्रणाली विकसित करणे हा तिच्या संशोधनाचा एक भाग होता. वेगवेगळ्या शास्त्रीय नियतकालिकातून तिचे संशोधन पेपर प्रकाशित झाले. कामाचा एक भाग म्हणून एरोस्पेस तंत्रज्ञानावर भरणाऱ्या परिषदांमध्ये तिने आपण केलेल्या संशोधनावरती व्याख्याने देत पेपर सादर केले. अवकाशयाने ही वेगवेगळ्या

उपकरणांचे, यंत्रणांचे साहाय्य घेऊन बांधलेली असतात. प्रचंड वेगाने अशा

जोडून बनवलेल्या वस्तु जेव्हा जाऊ लागतात तेव्हा जोडावरती जे परिणाम होतात ते कसे नियंत्रणात ठेवावे यावर तिने केलेले संशोधन आजही संदर्भ म्हणून वापरले जाते.

विमान उडवायच्या छंदामध्ये तिने लक्षणीय प्रगती केली होती.

विमान उडवायचा परवाना तिने मिळवलाच पण विमानाची तपासणी करायचा, ते सुस्थितीत आहे असा परवाना देण्याचीही तिने पात्रता मिळवली. विमान प्रशिक्षकाचा परवाना मिळविणे तिला अजिबात कठीण गेले नाही. एक इंजिनवाली छोटी विमाने, अनेक इंजिनांची विमाने ती सहजतेने हाताळत असे. जमिनीवरून उडणारी, बोटीवरून उड्डाण करणारी म्हणजे कमी लांबीची धावपट्टी वापरणारी अशा अनेक प्रकारची विमाने उडवण्यात तिने प्राविण्य मिळवले. आकाशात जेपीच्या जोडीने ती विमानाच्या कसरतीही करत असे. मित्रमैत्रिणींना सोबत घेऊन अशा कसरती करत आपली शनिवार रविवारची सुटी घालवणे त्या दोघांना खूप आवडे. इंजिनाशिवाय पतंगासारखे आकाशात उडणारे ग्लायडरही ती सहजतेने उडवत असे. या सर्वांमुळे तिची धोका पत्करायची भीती नाहीशी झाली आणि हवेत असताना काहीतरी विपरित घडले तरी आपण विमान हाताळू शकतो, सुखरूप उतरू शकतो असा आत्मविश्वास आला.

१९८८ मधे आपली डॉक्टरेट पूर्ण झाल्यानंतर तिने अवकाशात जायच्या प्रयत्नांची आखणी करायला सुरवात केली. पुढील पायरी गाठण्यासाठी नासाच्या संशोधन विभागात तिने संशोधकाच्या नोकरीसाठी अर्ज केला. नासाचे जॉन केनेडी स्पेस सेंटर हे अंतराळ प्रवासाचे प्रवेशद्वार आहे हे कल्पनाला माहीत होते. इथूनच अंतराळयाने उभीच्या उभी आकाशात झेपावतात. नासाकडे प्रखर बुद्धिमत्ता असलेल्या संशोधकांचा आणि तंत्रज्ञाचा जगातील सर्वात मोठा ताफा आहे. मानवाने अवकाशात जाण्याची, निळ्या नभाच्या पलीकडे काय आहे याचा शोध घेण्याची स्वप्ने पाहिली. या प्रचंड पसरलेल्या विश्वात आपले नेमके काय स्थान आहे, आपण कसे अस्तित्वात आलो हे प्रश्न मानवाला अनंत कालापासून पडत आले आहेत. त्या प्रयत्नाचा भाग म्हणून अवकाशसंशोधन अस्तित्वात आले. या स्वप्नांना वास्तवात आणण्यासाठी अथक परिश्रम अन् प्रयत्नांची गरज आहे. आपण हे साध्य करू शकतो अशा आत्मविश्वासाने भारलेली माणसे आणि यंत्रणा हा नासाचा सर्वात अनमोल ठेवा आहे. त्या यंत्रणेत शिरकाव करून घेणे हा कल्पनासाठी आपल्या स्वप्नाकडे नेणारा एक मार्ग होता. आपल्या एम.एस आणि पी.एच.डीच्या अभ्यासाने तिथे प्रवेश करण्याची तिने पात्रता मिळवली होती. कसून घेतलेल्या चाचण्या आणि मुलाखतीनंतर तिची नासामध्ये संशोधक म्हणून निवड झाली.

कॅलिफोर्निया प्रांतातील सॅने होजे येथील नासाच्या एका विभागात ''एमकॅट'' ही संस्था आहे. यामध्ये तिला संशोधकपदावर नियुक्त करण्यात आले. इथे तिचे

काम तंत्रज्ञानापेक्षा भौतिकशास्त्राशी निगडित होते. तिच्या पी.एचडीच्या प्रबंधासाठी केलेल्या कामातच पुढे संशोधन करणाऱ्या टीममध्ये ती काम करू लागली. कमी वेळात प्रचंड ऊर्जा पुरवून, अधिक प्रवेग निर्मिती करणे आणि विवक्षित वेग चटकन गाठणे हे या टीमच्या संशोधनाचे उद्दिष्ट होते. त्यामुळे विमानांना सुरक्षितता पाळून उड्डाणासाठी हवा असलेला विशिष्ट वेग, कमीत कमी वेळात गाठणे यासाठी उपयोग होणार होता. त्या टीमने केलेले संशोधन पुढे हॅरियर गटात मोडणाऱ्या लढाऊ विमानासाठी वापरण्यात आले.

त्यानंतर 'ओव्हरसेट मेथडस् इनकार्पोरेशन' या लॉस अल्टॉस येथील संस्थेमध्ये तिची उपाध्यक्ष आणि संशोधक या वरिष्ठ पदावर नेमणूक करण्यात आली. अर्धद्रवावर वेगाचा आणि प्रवेगाचा होणारा परिणाम यावर तिची टीम संशोधन करू लागली. ज्वालाग्राही इंधन वापरलेली अवकाशयाने जेव्हा वेगाने जातात तेव्हा त्याच्या गतिविषयक घडामोडी नियंत्रित करण्यासाठी या संशोधनाचा उपयोग होणार होता. तसेच वेगवेगळी तंत्रे वापरून प्रचंड वेगाने जाणाऱ्या अवकाशयानाच्या जवळच्या हवेतील बदल त्याच्या वेगाला विरोध करतात. तो कमीतकमी कसा करता येईल, तापमानबदल नियंत्रित करण्यासाठी तंत्रे विकसित करून तिचा वापर कसा करता येईल याबद्दल तिची टीम संशोधन करत होती. 'एरोडायनॅमिक ऑप्टिमायझेशन' या नावाने हे तंत्र ओळखले जाते. या टीमने केलेल्या संशोधनाचा आजही संदर्भासाठी उपयोग केला जातो.

संशोधक म्हणून नासामध्ये काम करताना अवकाशयात्री बनायचे आपले स्वप्न कल्पना विसरली नव्हती. वयाच्या तिशीनंतर तिने नासाच्या संशोधनाविभागातून अवकाशयात्री विभागात प्रवेश मिळवण्यासाठी अर्ज केला. छाननीनंतर ती १९९४ मधे त्या विभागात निवडली गेली. ही निवड होणे सोपे नसते. तिने आजवर तंत्रज्ञानात जे संशोधन केले होते त्याचा या कामाशी अर्थाअर्थी काही संबध नव्हता. किंबहुना तो अनुभव या कामासाठी गुणवत्ता म्हणून उपयोगी पडला नाही. या निवडीसाठी 'नासा' पूर्णपणे वेगळ्या कसोट्या लावते. दर दोन वर्षांनी साधारण दोन ते अडीच हजार अर्ज या पदासाठी येतात. त्यातून २०-२२ जणांची निवड केली जाते. विशेषत: व्यक्ती म्हणून त्यांची निवड अगदी वेगळ्या पातळीवर होते. शारीरिक तंदुरूस्ती, विमान चालवायचे तांत्रिक ज्ञान, वय या सर्वांची गरज असतेच पण उमेदवाराच्या भावनिक व्यक्तिमत्त्वाची खास चाचणी घेतात.

उमेदवाराचा स्वभाव, इतर लोकांशी वागणे, कौटुंबिक पार्श्वभूमी महत्त्वाची

मानतात. त्याचे बालपण कशा कुटुंबात गेले याची खास चौकशी करतात. अमेरिकेमध्ये व्यक्तिस्वातंत्र्याचे अवास्तव स्तोम माजवले असल्याने विसंवादी, विभक्त कुटुंबाची, एकच पालक असलेल्या कुटुंबाची संख्या वाढती आहे. अशा कुटुंबात वाढलेली मुले कसोटीच्या वेळी मानसिक खंबीरपणात कमी पडतात, असा निष्कर्ष समाजशास्त्राच्या अभ्यासकांनी काढलेले आहेत. इथे कल्पनाला भारतीय असल्याचा, एकत्र कुटुंबात वाढल्याचा, स्वतंत्र वृत्ती जोपासत पण जुळवून घेत, तडजोडी करत बालपण गेल्याचा फायदा झाला. उमेदवाराच्या शाळा कॉलेजातील मित्रमैत्रिणी, शिक्षक यांच्याकडून त्यांच्या वागणुकीची माहिती मिळवून अहवाल तयार करतात. पूर्वी मद्यपानाची सवय, अमली पदार्थाची चटक लागली होती का? हेही तपासले जाते. कुटुंबात जवळच्या कुणी आत्महत्या केली असली तरी चौकशी होते. आत्महत्या करणे हे नैराश्य येण्याचे (डिप्रेशन) लक्षण आहे आणि हे काही अंशी अनुवंशिक आहे असे मानतात म्हणून ही चौकशी होते.

अवकाशयात्री बनण्यासाठी कणखर, समतोल मनाची गरज आहे. सामान्य माणसापेक्षा वेगळ्या मानसिक घडणीची गरज या पेशासाठी आहे. आणिबाणी उद्‌भवली तरी विचलित न होता चटकन योग्य निर्णय घेऊन त्यावर अमल करण्याइतके मन स्थिर असावे लागते. नोकरी करत असताना तुमचे तुमच्या कनिष्ठांशी, वरिष्ठांशी आणि सहकाऱ्यांशी कसे संबध असतात हेही तपासतात. 'टीमवर्क' करण्यासाठी तुमची मानसिक तयारी कितपत आहे याची चाचणी घेतात. माणसाच्या इंटेलिजंट कोशंट (आय.क्यू.) म्हणजे बुध्यांकाबरोबर त्याचा

इमोशनल कोशंट (इ. क्यू.) म्हणजे भावनिक गुणांकही वेगवेगळ्या कसोट्या लावून पारखतात. कल्पनाने यासर्व परीक्षा यशस्वीरित्या पार पाडल्या.

नासाच्या संशोधन विभागात काम करताना तिचे सहकाऱ्यांशी वागणे उत्तम होते. नम्र स्वभावाची, दुसऱ्याना मदत करण्यास सदैव तत्पर, स्वत:बद्दल भरपूर विश्वास असलेली कल्पना चावला केसी या नावाने ओळखली जाई. तिने जिथे जिथे काम केले तिथल्या वरिष्ठांनी ती गुणी, मेहनती, प्रामाणिक, चुणचुणीत, एकत्र मिळून मिसळून काम करणारी असा शिक्का तिच्यावर मारला होता. नासामध्ये वेगवेगळ्या संशोधनकेंद्रात बदली झाली तेव्हा पूर्वीच्या सहकाऱ्यांशी तिने अजूनही सहज जिव्हाळ्याचे संबंध राखलेले होते. इतकेच नव्हे तर भारतातील आपल्या कॉलेजच्या, शाळेच्या मैत्रिणी, शिक्षक, प्राध्यापक यांच्याशी तिचा संपर्क होता. आपल्या सहज प्रेमळ स्वभावामुळे तिच्या हातून जे जे आजवर घडले होते त्याचा तिला या निवडीसाठी उपयोग झाला. अवकाशवीरांच्या पंधराव्या तुकडीत ती निवडली गेली.

निवड झाल्याचे कळले तेव्हा तिची प्रतिक्रिया उस्फूर्त आनंदाची होती. तिच्यासाठी दूरवरचे स्वप्न आवाक्यात आल्याची खूण होती. ती शाळेत, कॉलेजात, वसतिगृहात राहून शिकत असताना खोलीच्या भिंतीवर विमाने, अवकाशयाने, ताऱ्यांच्या राज्यात विहार करतानाची चित्रे तिने चिकटवली होती. इतर खोल्यांमध्ये नटांचे, मॉडेल्सचे, खेळाडूंचे फोटो असायचे त्यात तिची भिंत वेगळेपणाने ओळखू यायची. आता ही चित्रे जिवंत झाली होती. त्यांना प्राण मिळाला होता. त्यातली अवकाशयाने ती स्वत: हाताळणार होती.

निवडीनंतर कल्पनाचे प्रयोगशाळेतील काम संपले. ह्यूस्टन येथील लिंडन जॉन्सन स्पेससेंटरवर १९९५ साली ती प्रशिक्षणासाठी रूजू झाली. हे प्रशिक्षण शारीरिक आणि मानसिक अशा दोन पातळ्यांवर दिले जाते. तज्ज्ञांची व्याख्याने त्यांना अवकाशयानाची तांत्रिक माहिती देण्याबरोबर ते चालवावे कसे याबद्दल अधिक विस्ताराने सांगतात. मग प्रयोगशाळेत तयार केलेल्या अवकाशविमानाच्या प्रतिकृतीवर प्रात्यक्षिके घटवली जातात. खऱ्या मोड्यूलप्रमाणे तिथे कॉकपिट (सर्व चालनयंत्रणा ठेवलेली जागा) असते आणि खरेखुरे यंत्रसमूह तिथे हाताळावे लागतात. संगणकाच्या साहाय्याने ते कसे हाताळायचे याचा भरपूर सराव करून घेतात. प्रत्यक्ष उड्डाणाच्या वेळी प्रत्येकाला ठराविक कामे नेमून दिलेली असतात तरी प्रत्येकाला सर्व तांत्रिक बाबींचे प्रशिक्षण देण्यात येते. आयत्या वेळी त्यातले कोणतेही काम करावे लागले तर यात्री कमी पडता नये. कोणत्याही यंत्रणेत झालेला बिघाड पटकन शोधून तो दुरूस्त करावा लागतो यासाठी प्रसंगावधान आवश्यक आहे. बहुसंख्य कामे संगणकाच्या साहाय्याने, स्वयंचलित पद्धतीने होतात आणि चूक आढळली तर संगणकाच्या पडद्यावर तशी सूचना येते. नेमका बिघाड कुठे आहे, कोणता आहे याची माहिती संगणक देतो. अनेकदा दुरूस्ती कशी करावी याचीही सूचना देतो. त्यामुळे हा भाग तसा अवघड जात नाही. अवकाशात फिरताना वेग इतका प्रचंड असतो की लहानशी चूकही वेळेवर दुरूस्त झाली नाही तर अतिशय महाग ठरू शकते. लक्षावधि फुटांवरून फक्त संदेशाच्या साहाय्याने पृथ्वीवरील मानवाशी संपर्क असतो. चूक म्हणजे मृत्यू हे समीकरण डोळ्यांसमोर असताना मनावर अजिबात ताण येऊ न देता मदतीला कुणी धावणार नाही याची जाणीव ठेवत काम करणे हा कौशल्याबरोबर सरावाचा भाग आहे. कल्पनाला प्रशिक्षणाचा हा भाग फारसा कठीण गेला नाही. कारण विमाने उडवण्याचा अनुभव तिला होता.

उड्डाणाच्या वेळी आणि उड्डाण संपवून उतरताना (टेक ऑफ व लँडिंग) अवकाशयानाच्या वेगामध्ये कमी वेळात फार मोठा बदल होतो. हा बदल शरीराच्या सर्व संस्थांवर परिणाम करतो. रक्तदाबातील बदलामुळे रक्ताभिसरण अनियमित होते. स्नायूंचे, हृदयाचे, पचनाचे, श्वासोच्छ्वासाचे कार्य अनियमित होते. उलट्या, मळमळणे, सुरू होते. अशा बदलाना शरीराने चटकन स्वीकारावे लागते नाहीतर मनावरचा ताण वाढतो आणि हातून चुका व्हायची शक्यता असते. सरावाने शरीराला याची सवय होते. अवकाशात गुरूत्वाकर्षणाचा अभाव असल्याने शरीराच्या हालचालींवर नियंत्रण ठेवणे कठीण जाते. पाय जमिनीला टेकलेले नसतात. भिंतींना धक्का मारून इकडून तिकडे जावे लागते. वजनविरहित अवस्थेत हवेत तरंगत राहात आपली नित्यकर्मे, तसेच अवकाशयानाचे नियंत्रण, दुरूस्ती सर्व पार पाडावे लागते. स्नायूंच्या हालचालींवरचे नियंत्रण शिकावे लागते. कारण त्यात बदल करावे लागतात. साधे पाणी प्यायचे असेल तर पेल्यातून तोंडात 'ओतता' येत नाही. स्ट्रॉ वापरून ओढावे लागते. तोंडातले पाणी खाली उतरण्यासाठी घशाच्या स्नायूंची विशिष्ट हालचाल करावी लागते. नेहमीप्रमाणे स्ट्रॉ झटकून न टाकता निपटावा लागतो कारण एखादा द्रवाचा थेंब हवेत राहिला तर तो तरंगत रहातो. मग तो तोंडाने पकडावा वा टॉवेलने पुसावा लागतो. प्रयोगशाळेत कृत्रिमरित्या शून्य गुरूत्वाकर्षण निर्माण करून अवकाशयात्रीकडून या सर्व हालचालींचा सराव करून घेतला जातो. यानाची देखभाल गुरूत्वाकर्षणाशिवाय करायला विशेषत्वाने शिकवले जाते. हवेत कोलांट्या उड्या मारताना, गटांगळ्या खाताना अवकाशयात्रींचे फोटो वा हालचाली आपण टीव्हीवर पाहातो, त्यातील तोल राखण्याचा भाग दिसतो तितका सोपा नसतो.

वजनरहित अवस्थेतून पृथ्वीवर परतताना अवकाशात झालेल्या सवयीतील बदल पूर्ववत होणेही तितकेच कठीण असते. वजनरहित अवस्थेतून गुरुत्वाकर्षणात येताना रक्तदाबातील बदलामुळे हृदयाचे ठोके ७० ते ७२ या सर्वसामान्य आकड्यापासून एकदोन सेकंदात १०० च्या पलीकडे जातात आणि शरीरांतर्गत सर्व संस्थांवर परिणाम करतात. शरीराला पुन्हा आपल्या पूर्वस्थितीत येण्यासाठी एकदोन दिवस लागतात. शरीर जडजड वाटते अन् हालचालींमधला सुसूत्रपणा गेलेला असतो. तो परत येईपर्यंत अवकाशवीरांना स्वतंत्र ठेवले जाते. याचाही सराव करून घेतात.

अवकाशयानात असताना वा वातावरणात परतताना आणिबाणीचा प्रसंग उद्‌भवला तर स्वत:ला वाचवायचे कौशल्य असणे अंतराळवीरांसाठी आवश्यक आहे. सैनिकांना कसे यासाठी खास प्रशिक्षण देतात तसेच यांना देतात. बोटीवरून त्याला पाण्यात उतरवले जाते. भर समुद्रात आजूबाजूला कुणीही नसताना धीर धरून आपल्याला सोडवायला येणाऱ्या टीमची वाट पाहाणे वाटते तितके सोपे जात नाही. रात्रीपर्यंत आपण परत आपल्या उबदार बिछान्यात झोपलेले असू या विचाराचा धागा धीरासाठी पकडून धरला तरच आपण त्यातून निभावू शकतो. पाण्याच्या भल्यामोठ्या टाकीत तळाशी दाबाखाली हालचाली कशा कराव्यात याचाही प्रशिक्षणात अंतर्भाव असतो. स्कूबा डायव्हिंग शिकलेली असल्याने कल्पनाला हाही भाग कठीण गेला नाही. शारीरिक आणि मानसिक तंदुरूस्ती राखणे यासाठी लागणारा मनाचा निर्धार तिच्याकडे होता. कल्पनाने एरोस्पेस तंत्रज्ञानामध्ये डॉक्टरेट केली होती ते ज्ञान अधिकतर पुस्तकी होते. तांत्रिक समस्या उद्‌भवल्या तर त्या कशा सोडवाव्यात याचे प्रशिक्षण घेताना नुसते पुस्तकी ज्ञान पुरे होत नाही याचा अनुभव तिला आला. एखाद्या विषयाचे सखोल ज्ञान असण्यापेक्षा, ज्ञान ग्रहण करायची क्षमता इथे अधिक महत्त्वाची आहे. कोणतीही समस्या तुम्ही कशी हाताळता यावर जास्त भर देतात.

नासाच्या कॅलिफोर्नियातील अमेस रीसर्च सेंटरमध्ये संशोधक म्हणून काम करताना कल्पनाला वेगवेगळ्या प्रकारच्या संगणकीय प्रणालीवर आणि त्यांच्या एकत्रित यंत्रणेवर (सिस्टीम्स) काम करायचा अनुभव होता. त्यामुळे तांत्रिक प्रशिक्षण ती सहजतेने पार पाडू शकली.

कल्पनेच्या म्हणण्यानुसार ही सर्व कौशल्ये तुम्ही प्रशिक्षणामुळे, सरावामुळे अंगामध्ये बाणवू शकता पण आकाशात, अवकाशात विहार करायचे स्वप्न मात्र तुमच्यामध्ये उपजत असावे लागते. पुरूषांची मक्तेदारी मानलेल्या या क्षेत्रामध्ये

शिरकाव करून घेत त्यात प्राविण्य मिळवण्यात कल्पना यशस्वी झाली, त्यामध्ये बालपणापसून जपलेल्या स्वप्नांचा मोठा वाटा आहे. निळ्या आकाशाच्या पलीकडे जाऊन ग्रहताऱ्यांचा वेध घ्यायचा, अवकाशात विहार करायचे स्वप्न प्रत्यक्षात आणायचा मार्ग खडतर आहे पण अशक्य नाही. कल्पनाने आपले स्वप्न प्रत्यक्षात आणण्यासाठी अपार कष्ट घेतले. तिच्यासमोर कुणी स्त्री आदर्श नव्हती, भारतरत्न जे. आर. डी. टाटा यांनी विमानप्रवासाचा पाया भारतात घातला ते तिचे आदर्श होते. श्री. राकेश शर्मा सोयुझ या अवकाशयानातून अंतराळात जाऊन आलेले तिला ठाऊक होते. लहान शहरातून येणाऱ्या भारतीय मुलीसाठी अवकाशाची स्वप्ने अप्राप्य गोष्ट आहे पण प्रयत्नाच्या जोरावर तिने ती साध्य करून दाखवली. स्वत: अनेक मुलींसाठी आदर्श निर्माण करणारी ती 'रोल मॉडेल' झाली.

एक वर्षाचे प्रशिक्षण संपल्यावरती सर्वच्या सर्व प्रशिक्षणार्थींचे मूल्यांकन करण्यात आले आणि नंतर सर्वांना अवकाशात उडाल्यावर कराव्या लागणाऱ्या तांत्रिक कार्यांच्या प्रयोगशाळेत काम देण्यात आले. संगणक आणि यंत्रमानव तंत्रज्ञान (रोबोटिक्स) विभागात कल्पना काम करू लागली.

प्रशिक्षण पूर्ण करणारे अनेकजण असतात. प्रत्यक्ष जेव्हा अंतराळवीर निवडले जातात तेव्हा नासाचे अधिकारी त्यामध्ये जाणीवपूर्वक विविधता राखतात. प्रशिक्षण पूर्ण झाल्यावर अनेक लहानमोठ्या प्रकल्पावर प्रत्येकाला काम देण्यात आले होते.

एक दिवस रोबोटिक्स विभागात काम करत असताना कल्पनाला तिच्या वरिष्ठाने बोलावून विचारले,

'सध्या तू कशावरती काम करते आहेस?'

नेहमीच्या सवयीप्रमाणे तिने उत्तर दिले, ''यंत्रमानवी हात अवकाशात असताना कसा वापरावा यावर मी काम करते आहे.'

ते लक्षपूर्वक ऐकू लागले तसे तिने तपशिलात आपल्या कामाचे स्वरूप सांगायला सुरुवात केली, तांत्रिक बाबींची चर्चा करू लागली.

मग त्यांनी गंभीरपणे म्हटले,

'केसी, सध्या तू फारच कामात आहेस. नोव्हेंबरमध्ये कोलंबियाच्या एसटीएस -८७ (स्पेस ट्रान्सपोर्टेशन सिस्टिम) मधून अवकाशमोहिमेवर जाण्यासाठी तुझ्याकडे अजिबात वेळ नाही आहे. बरोबर आहे ना?'

त्यांनी उच्चारलेल्या शब्दांचा अर्थ मनामधे उतरायला तिला एखादा सेकंद लागला असेल. आपली अवकाशमोहिमेसाठी निवड झाल्याचे कळल्यावर तिला

झालेला आनंद कल्पनातीत होता. त्यांनी पुढे केलेल्या हातात हात देऊन तिने त्यांचे अभिनंदन स्वीकारले.

कसेबसे तोंडून आभाराचे शब्द ती उच्चारू शकली. लहानपणी उन्हाळ्यात, गच्चीत, अंगणात बाज टाकून झोपताना आकाशातल्या ताऱ्यांपर्यंत पोचायची स्वप्ने तिने पाहिली होती. आणि मग त्या स्वप्नांच्या दिशेने तिने प्रवास सुरू केला होता. हा प्रवास त्या शब्दानी केप कॅनव्हेरालच्या उड्डाणतळापर्यंत पोचला होता.

❖

२. निळ्या नभाच्या पलीकडे

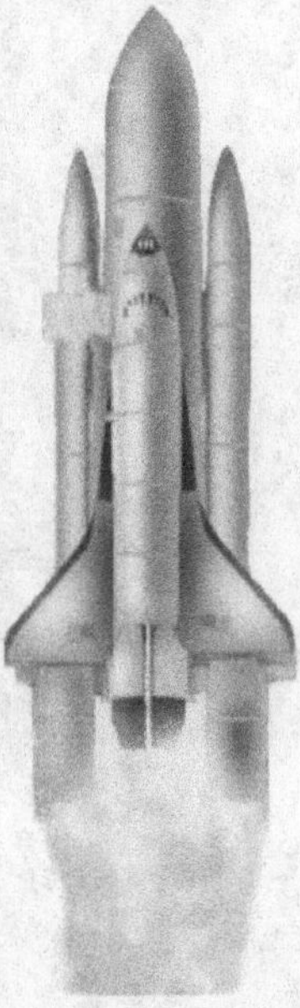

"झोपायच्या आधी मी खिडकीच्या छोट्या पारदर्शक चौकोनाला चेहरा चिकटवून बाहेर पाहिले. खाली दिसणारे दृष्य नजर बांधून ठेवेल असे मोहक होते. अर्धवट निद्रेच्या प्रभावाखाली मला वाटले गुरुत्वाकर्षणाच्या अभावामुळे माझे शरीर तरंगते आहे तसे माझे मनही पिसासारखे हलके होऊन तरंगते आहे. खाली पृथ्वीवरील एकएक भूभाग सावकाश सरकताना दिसतात. मधेमधे ढगांचा पडदा आला की ते पुसट होतात. ढग विरळ झाले की पुन्हा दिसू लागतात. ढगांचे रंग उन्हाच्या झळांनी बदलताना दिसतात. पांढरे, काळे, करडे, निळे आणि या सर्वांची मिसळण होऊन बनलेल्या छटा. कधीतरी ते एकमेकावर आपटतात आणि त्यातून वीज चमकताना दिसते. त्याखालच्या भूभागावर वादळ चालू झाले असणार. अशी वादळे खूप उंचावरून दुसऱ्या दिशेने पाहाणे हा अनुभव शब्दात पकडता येण्यासारखा नाही आहे. ढग शांत झाले की खालची करडी हिरवी जमीन दिसते. रात्रीच्या वेळी काही काही जमिनीचे तुकडे दिव्यांनी झगमगताना दिसतात म्हणजे ते शहर आहे हे ओळखता येते. कोलंबिया दर नव्वद मिनिटांत एक पृथ्वीप्रदक्षिणा पूर्ण करते. दर पंचेचाळीस मिनिटांनी सूर्योदय होतो, सूर्यास्त होतो. चंद्र

उगवतो, मावळतो. दरदिवशी कलेकलेने बदलतो. दुरून पृथ्वी फार सुंदर दिसते. त्यावरच्या हवेचे आवरण इतके नाजुक दिसते की त्याची काळजी घ्यायला हवी असा विचार मनात डोकावतो. त्या पातळ पडद्यापलीकडे माणसे आहेत, पशुपक्षी, झाडे... जीवन आहे. इतक्या दुरून त्यांची सोबत जाणवते. अवकाशात फक्त सहा यात्री आहेत पण त्या दूर दिसणाऱ्या जीवनाचा आपण भाग आहोत याचा दिलासा वाटतो. उजेडात पृथ्वीवरचे महासागर स्पष्ट ओळखू येतात. डोंगरांच्या ओळी खेळण्यातल्या वाटतात. वाळवंटाचा सोनेरी रंगाचा भलामोठा तुकडा वेडावाकडा पसरलेला दिसतो. ते सहारा वाळवंट आहे. त्यातून निळ्या रंगाची वेडीवाकडी रेघ दिसते. एका टोकापाशी बारीक अन् मग हळूहळू फुगत रुंद होणारी. त्या भागाची ती जीवनवाहिनी, नाईल नदी आहे. पिवळट सोनेरी कागदावर शाईचा ओघळ रुंदरुंद होत जावा तशी ती दिसते आहे. पांढरे मुकुट घातलेल्या डोंगररांगांच्या ओळी म्हणजे हिमालय पर्वत. त्यातले एव्हरेस्ट इथून स्पष्ट, छोटेसे दिसते. तिथे जवळच माझा देश आहे, माझे कर्नाल आहे.

हिरव्या, पांढऱ्या, निळ्या, पिवळ्या, करड्या, लाल नैसर्गिक रंगाची उधळण असणारे हे वेगवेगळे तुकडे एकमेकात इतके चपखल बसले आहेत, अशी रंगसंगती साधत आहेत की जणू कॅनव्हासवर मोठे निसर्गचित्र बनवले आहे.

हे दृष्य सर्वांना पहायला मिळायला हवे.'' कल्पना चावलाने आपल्या पहिल्या अवकाशमोहिमेवरून पृथ्वीवर पाठवलेल्या ई-मेलमधे दूरवरून पृथ्वीकडे बघताना काय वाटते ते या शब्दात सांगितले आहे.

कोलंबियाच्या एस टी एस - ८७ मिशनसाठी कल्पनाची निवड झाली आणि प्रत्यक्ष उड्डाण होईपर्यंत त्याना दिलेल्या प्रशिक्षणाची पुन: पुन्हा उजळणी करण्यात आली. त्यांच्या शारीरिक तंदुरुस्तीवर लक्ष ठेवण्यात आले. ऐनवेळी सर्दी पडशासारखे किरकोळ आजार झाले तरी त्यांचे जाणे रद्द होते म्हणून प्रत्यक्ष सहाजणांची निवड झाली तरी आणखी दोन यात्री तयार ठेवले गेले.

त्यांची अवकाशयात्रा एकएक मिनिटाच्या तपशिलात आधी आखण्यात आली. कुणी काय जबाबदारी घ्यायची, कोणत्या वेळी कोणते काम करायचे हेही ठरवण्यात आले आणि त्याप्रमाणे त्यांचा सराव सुरू झाला. आधी शिकवलेले काटेकोरपणे पुन:पुन्हा करवून घेण्यात आले.

प्रसारमाध्यमानी तिचे नाव जाहीर केले आणि बातमी भारतात पोचली. तिच्यावर कौतुकाचा वर्षाव झाला. तिच्या नवऱ्याने, जेपीने फ्रेंच असून अमेरिकन नागरिकत्व स्वीकारले होते. तिनेही त्याच्यापाठोपाठ अमेरिकन नागरीकत्व स्वीकारले.

नासाच्या संरक्षणविभागाची तशी मागणी असते. पहिली अवकाशयात्री होण्याचा मान तिला मिळाला तरी कल्पना आपल्या मायभूमीला अजिबात विसरली नव्हती. तिने १९९२ मध्ये भारताला भेट दिली आणि त्यानंतर तिने फोनवरून घराशी, भावंडांशी सतत संपर्क ठेवला होता. आपल्या इंजिनियरिंग कॉलेजच्या एरॉनॉटिक्सचे निवृत्त विभागप्रमुख डॉ. व्ही. एस. मल्होत्रा यांच्याशी तिचा पत्रव्यवहार होता. चावला कुटुंबातील सर्व सदस्य, तिच्या कॉलेज, शाळेतील मित्रमैत्रिणी, तिचे कर्नाल गाव एका दिवसात प्रसिद्ध झाले. प्रसारमाध्यमांनी जेव्हा जेव्हा तिची मुलाखत घेतली तेव्हा ती स्वत:ची ओळख करून देताना म्हणत असे, "आयॅम कल्पना चावला फ्रॉम कर्नाल इंडिया." इथल्या वर्तमानपत्रांतून तिच्या या यशाबद्दल बातम्या प्रकाशित झाल्या. तिचे वडील, भाऊ रोज धंद्यासाठी सोनपतला जात-येत असत. त्यातून वेळ काढून त्यांनी पत्रकारांनी कल्पनाबद्दल जे जे विचारले त्याला उत्तरे दिली. एक दिवस कल्पनेने घरी फोन करून आणखी एका फोन नंबरची चौकशी केली. तिला तिच्या शाळेतील, टागोर बालनिकेतनमधील शिक्षिकेचा फोन नंबर हवा होता. निर्मला नंबुद्रीपाद ही तिची आवडती शिक्षिका होती.

टागोर बालनिकेतन ही शाळा, कर्नाल गावासह एका दिवसात कल्पना चावला या नावाचा आधार घेऊन जगाच्या नकाशावर आली. शाळेने कल्पना आपली माजी विद्यार्थिनी असल्याचा अभिमान व्यक्त केला. तिच्या बालपणातील आणि आताचा फोटो मोठा करून शाळेच्या प्रवेशद्वारापाशी असलेल्या फळ्यावर लावला. विद्यमान प्राचार्या श्रीमती विमला रहेजा यानी एक टीशर्ट घेऊन त्यावर अक्षरे रंगवली "टागोरियन्स आर प्राउड ऑफ यू." तो तिच्या कुटुंबियांबरोबर तिला भेट म्हणून पाठवण्यात आला. या बातमीने शाळेचेच नव्हे तर पुऱ्या कर्नाल गावाचे वातावरणच विद्युतभारित झाले. तिच्या यशाची पावती म्हणून शाळेच्या विज्ञानसभागृहाला 'कल्पना चावला विज्ञानकक्ष' असे नाव देण्याचे ठरले.

चावला कुटुंबिय या बातमीने हर्षभरित झाले. त्यांची लाडकी मोंटूदिदी आता अवकाशात भरारी घेणार होती. तिच्यासाठी भेटवस्तू घेण्यात आणि अमेरिकेत तिला निरोप देण्यासाठी जाण्याची तयारी करण्यात सारे गुंग होऊन गेले. आपल्या या लाडक्या कर्तृत्ववान मुलीला कुठे ठेवू, कुठे नको असे बनारसीलाल आणि संयोगिताना झाले होते. हृदयातल्या फाळणीच्या जखमा तिच्या यशाने भरून गेल्या.

तिच्या पंजाब इंजिनियरिंग कॉलेजातही आनंदाचे वातावरण होते. कॉलेजच्या

माजी विद्यार्थी संघाची ती सभासद होती. ती आपल्या कॉलेजची विद्यार्थिनी आहे याचा सार्थ अभिमान कॉलेजचे विद्यमान प्राचार्य डॉ. रजनीश प्रकाश यांनी व्यक्त केला आणि तिच्या कुटुंबियांबरोबर कॉलेजचे नाव असलेले स्मृतिचिन्ह (लोगो) भेट म्हणून पाठवले. शाळेचा टीशर्ट आणि कॉलेजचा लोगो कल्पनाने अवकाशात जाताना सोबत नेले होते. आकाशात भरारी घेतली तरी ती आपली मुळे विसरली नव्हते.

एकोणिस नोव्हेंबर १९९७ या दिवशी कोलंबिया अवकाशात झेप घेणार होते. केप कॅनव्हेरॉल येथील लिंडन जॉन्सन स्पेस सेंटरमधे त्याची तयारी सुरू झाली आणि अंतराळयात्रींच्या प्रशिक्षणावर सॅन फ्रॅन्सीस्को येथील मोफेट ट्रेनिंग सेंटर येथे शेवटचा हात फिरवण्यात आला. आकाशात हवाईछत्रीच्या साहाय्याने उडणे, टी-३८ जातीच्या जेट विमानाच्या इंजिनावर सराव करणे. एकूण अनपेक्षित संकटातून वाचण्यासाठी जी कौशल्ये लागतात ती पुनः पुन्हा करवून घेण्यात आली. या काळात त्यांच्या प्रकृतीवर सतत लक्ष ठेवण्यात आले होते.

उड्डाणाआधी सर्व अवकाशयात्रींना एकमेकांशी चांगली ओळख व्हावी म्हणून निसर्गरम्य ठिकाणी ट्रीपला पाठवण्यात आले. हाही नासाच्या प्रशिक्षणाचा भाग आहे. कामाचे तास एकत्र राहाणे त्याना सवयीचे असते पण यानामध्ये त्यांना चोविस तास एकत्र राहायचे असते आणि या दोन्हींमधे फरक असतो. एकमेकांशी जुळवून घेण्यासाठी, जिव्हाळा उत्पन्न होण्यासाठी अशा ट्रीपचा उपयोग होतो. यात्री वेगवेगळ्या धर्माचे असतात. त्यांच्या आवडी-निवडी वेगळ्या असतात. त्यांची पार्श्वभूमी, राहाण्याची पद्धत वेगळी असते, खाण्यापिण्याच्या पद्धती वेगळ्या असतात. उदाहरणच द्यायचे झाले तर कल्पना पूर्ण शाकाहारी आहे. एका टेबलवर मांसाहारीसोबत जेवणेही तिला फारसे आवडत नाही. शीख असून, इतकी वर्षे अमेरिकेत असूनही तिने शाकाहार सोडला नाही. वडील, आजोबांपासून सगळे कुटुंब पूर्वीपासून घरात शाकाहार पाळायचे आणि तिने तोच कित्ता गिरवला.

उड्डाणाआधी काही दिवस तिच्या कुटुंबियासोबत तिने घालवले. भारतातून तिचे आईवडील, भावंडे तिला अवकाशात झेप घेताना निरोप देण्यासाठी मुद्दाम आले होते. जेपीने तिच्या आवडीची पुस्तके आणि संगीताच्या टेप्स, सिडीज निवडल्या होत्या. नियोजित तारखेआधी तीन दिवस, सर्व अवकाशावीरांना एकांतवासात ठेवले गेले. सहा जणांच्या गटात कल्पना एकटी स्त्री होती. त्यांना कोणत्याही प्रकारचा संसर्ग होऊ नये आणि फक्त एकमेकांसोबत रहायची सवयही

व्हावी यासाठी असे स्वतंत्र ठेवतात. त्या वेळात त्यांच्या झोपेचे नियोजन केले गेले.

अवकाशयात्रींच्या झोपेची, कामाची आणि विश्रांतीची वेळ यांचा क्रम आधीच ठरवतात. अवकाशात प्रत्यक्ष दिवस आणि रात्र यानाच्या पृथ्वीभोवती फिरणाऱ्या वेगावर अवलंबून असतो. एका फेरीमधे अर्धा वेळ यान पृथ्वीच्या छायेत असते आणि अर्धा वेळ सूर्यप्रकाशात असते. कोलंबियाच्या या मोहिमेसाठी दिवसाला पंधरा ते सोळा फेऱ्या होतील इतका वेग ठरवण्यात आला होता. याचा अर्थ चोवीस तासात, म्हणजे पृथ्वीवरील एका दिवसात यानाचे पंधरा ते सोळा दिवस अन तितक्याच रात्री होणार होत्या. वेगातील आणि कक्षेतील लहानसहान बदल ध्यानात घेतले तर साधारण ९० मिनिटांचा एक दिवस सरासरीने ठरवला होता. यानाच्या ज्या बाजूच्या खिडक्यांवर सूर्यप्रकाश पडतो त्याच बाजूला प्रकाश असतो. कारण अवकाशात वातावरण नसल्याने प्रकाशकिरण प्रवास करताना मध्ये कोणतीही वस्तु नसल्याने दिसत नाही. वाटेत प्रकाश वस्तूवर पडला तरच दिसतो. त्यामुळे यानाच्या विरुद्ध बाजूच्या खिडकीतून अवकाश काळे दिसते. दूर अंतरावर पृथ्वीवर प्रकाश पडत असल्याने ती मात्र स्पष्ट दिसते. खिडक्यातून सूर्य स्पष्ट दिसला तरी आजूबाजूला प्रकाश दिसत नाही.

पृथ्वीवरती आपण दिवसा काम करतो अन् रात्री विश्रांती घेतो आणि हे चक्र आपल्या अंगवळणी पडलेले असते म्हणून तसे होते. भारतातून अमेरिकेत गेल्यावर दिवस व रात्र उलटे होतात अन् शरीराला त्या चक्राशी जुळवून घ्यायला दोनतीन दिवस लागतात. मानवी जीवनाचे झोपेचे आणि जागे राहाण्याचे जे चक्र आहे ते कोणत्याही वेळेशी जुळवून घेता येते. आपले हे चक्र कोणत्याही वेळेशी जुळवून घेण्यासाठी मेंदूमधे लवचिकता असते. प्रशिक्षणाच्या वेळी सारखा बदल करून अवकाशयात्रीकडून या लवचिकतेचा सराव करून घेतात. त्या शेवटच्या

तीन दिवसात सर्व अवकाशयात्रींचे शारीरिक घड्याळ, क्रम ठरवून जुळवले जाते. त्यामुळे यानामधे दोन यात्री काम करत राहातील, दोन यात्री जागे राहून विश्रांती घेत राहातील अन दोन झोपेलेले असतील. साधारण आठ तासाचे मधे विश्रांती अन् काम या क्रमाने दोन भाग म्हणजे सोळा तास अन् आठ तास झोप अशी विभागणी करतात. त्यामुळे यानात चोवीस तास काम चालू राहाते. हे चक्र या तीन दिवसात घटवून घेतात आणि मग अवकाशात याचीच पुनरावृत्ती करतात. प्रत्यक्ष अवकाशात विश्रांतीच्या वेळी पुस्तके वाचणे, व्यायाम करणे, पत्रे म्हणजे इ-मेल देणे, संगीत ऐकणे, फोनवर पृथ्वीवरील कुटुंबियांशी, मित्रमैत्रिणींशी बोलणे अशा ताण निचरून जाणाऱ्या कृती ते करतात. त्यामुळे कामाच्या वेळी ते जागृत, सक्षम राहूं शकतात.

प्रत्यक्ष उड्डाणाच्या आधी काही तास कल्पना आणि तिच्या सहकाऱ्यांनी नासाच्या अधिकाऱ्यांची भेट घेतली. त्यावेळी सर्वांचे कुटुंबियही हजर होते. कल्पनाचे आईवडील, सखखी आणि इतर भावंडे, जेपी आणि जवळचे मित्रमैत्रिणी तिला निरोप देण्यासाठी आले होतेच पण कल्पनाच्या सांगण्यावरून युनिव्हर्सिटी ऑफ टेक्सास अर्लिंग्टन येथून ती एम. एस. करताना तिचे प्रबंधाचे मार्गदर्शक डॉ. डॉन विल्सनही आले होते. नासाने त्याना आणि अमेरिकेतील भारतीय दूतावासातून टी. श्रीनिवासन, वॉशिंग्टन डीसी, यांनाही निमंत्रण दिले होते. फोनवरून तिने आपल्या आणखी काही मित्रमैत्रिणींशी बातचीत केली. त्यांच्या शुभेच्छा स्वीकारल्या. हा वेळ आनंदात जावा याकडे सर्वांचेच लक्ष होते.

नियोजित वेळेआधी पाच तास त्यांना हलका आहार देऊन स्वतंत्र कक्षात नेण्यात आले. त्याना त्यांचा खास पोशाख चढवला. पूर्वी हे पोशाख धातूचे असल्याने अवजड असायचे पण अलीकडे नवीनवी मिश्रणे वापरून हा पोशाख दसपटीने मजबूत आणि हलका बनवतात. त्याचे कापड अग्निरोधक असते आणि अवकाशयात्रीच्या मापानुसार तो एका तुकड्यात म्हणजे अखंड, कुठेही जोड येणार नाही अशाच तऱ्हेने बनवतात. योग्य मापामुळे अवकाशयात्रीला हालचाल करणे सुलभ होते. उड्डाणाच्या वेळी प्रचंड वेग आणि दाब असल्याने शिवण उसवू शकते म्हणून तो अखंड बनवतात. हा पोशाख ते फक्त उड्डाणाच्या आणि अवतरणाच्या वेळी चढवतात. बाकी यानात ते नेहमीप्रमाणे जीन्स, टी शर्ट अशा सुटसुटीत पोशाखात असतात. यानातील तपमान, दाब सर्व नियंत्रित केले असल्याने त्यांना सुलभतेने हालचाली करणे शक्य होते. अवकाश पोशाखावर कल्पनाचे नाव आणि नासाचे स्मृतिचिन्ह (लोगो) स्पष्ट दिसेल असे लावलेले

होते. अमेरिकेचा ध्वज होताच पण दुसऱ्या देशाच्या मूळ नागरिकाना त्या त्या देशाचा ध्वज लावायची परवानगी असते. कल्पनाने आपल्या पोशाखावर अर्थातच भारताचा तिरंगा मोठ्या अभिमानाने लावला होता. या पोशाखाला भरपूर खिसे असतात आणि त्यामधे प्रवासात लागणाऱ्या लहानलहान वस्तु ठेवलेल्या असतात. एका खिशामधे त्याना खाजगी वस्तू ठेवायला परवानगी असते. कल्पनाने आपल्या नवऱ्याचा, कुटुंबाचा फोटो, आईने दिलेले रत्नजडीत पेंडंट अशा काही वस्तु आठवण म्हणून ठेवल्या होत्या.

यानाच्या उड्डाणाची नियोजित वेळ एकोणिस नोव्हेंबर म्हणजे शनिवारी सकाळी निश्चित करण्यात आली होती. शक्यतो उड्डाणाच्या आणि अवतरणाच्या वेळा शनिवारी वा रविवारी सकाळी ठेवतात म्हणजे दूरचित्रवाणीच्या अनेक वाहिन्या त्यांचे थेट प्रसारण करू शकतात. सोमवार ते शुक्रवार सर्व वाहिन्या आपला अग्रक्रम राजकीय घडामोडी आणि मग सामाजिक टॉक शो यांना देतात. नासाच्या उड्डाणात मोजक्या लोकांना रस असतो. सर्व वाहिन्या जाहिरातीच्या उत्पन्नावर चालतात म्हणून अशी तडजोड नासाला करावी लागते.

कोलंबिया अवकाशयान उड्डाणासाठी सज्ज होते. १९० फुट उंच हवेत अवकाशाकडे तोंड करून, तळाशी इंधन भरलेल्या टाक्या आणि बाजूला घनइंधनाने भरलेली दोन नळकांडी अशा अवस्थेत ते लोखंडी सळ्यांनी बांधलेल्या मनोऱ्याला जखडून उभे होते. त्याची सर्व नियंत्रणे उड्डाणस्थळापासून पाच किलोमीटर अंतरावर असलेल्या प्रयोगशाळेतील नियंत्रण कक्षात होती. यानाच्या सर्वात पुढच्या भागात निमुळता भाग असतो तिथे अवकाशयात्रींच्या बसण्याची व्यवस्था केलेली असते. तोच भाग नंतर अवकाशात फिरत रहातो. त्या भ्रमणकक्षात (ऑर्बिटर) कल्पनासह सर्व यात्रींना नेण्यासाठी एका गाडीत बसवण्यात आले. तिच्या काचेतून दूरवर कठड्यापाशी उभ्या असलेल्या सर्वांना कल्पनाने निरोपाचा हात हलवला.

लोखंडी मनोऱ्याच्या तळाशी लिफ्ट होती. त्यावेळी सर्वांच्या पोशाखावर आणखी एक आवरण चढवले होते. या काळात जर कोणत्याही प्रकारचा अपघात झाला तर या 'एस्केप हार्नेस'मुळे त्याना संरक्षण मिळाले असते. लिफ्टमधून सर्व यात्री आणि नासाचे अधिकारी वरती गेले आणि मनोऱ्यापासून ऑर्बिटरपर्यंत जाण्यासाठी एक खास लोखंडी पॅसेज बांधलेला होता त्यावरून ते प्रवेशद्वारापाशी गेले. इथून कल्पनाने दूर कठड्यापाशी दुर्बिणी डोळ्याला लावून उभ्या असणाऱ्या आप्तेष्टांना शेवटचा हात हलवून त्यांचा निरोप घेतला आणि सर्वजण आत गेले.

यानामधे पाऊल टाकले तो क्षण कल्पनासाठी अपूर्व आनंदाचा होता. जणू तिने उराशी बाळगलेल्या स्वप्नाच्या शेवटच्या मुक्कामावर पाऊल ठेवले. यावेळी ऑर्बिटर उभ्या अवस्थेत होता आणि त्यामधे सर्वांच्या खुर्च्या आडव्या होत्या. कक्षेत फिरताना ते जवळजवळ नव्वद अंशाने कलणार होते आणि

त्यावेळी या सर्वांची स्थिती योग्य होणार होती. खुर्च्यांवर त्यांना पट्ट्याच्या साहाय्याने स्थानबद्ध करण्यात आले. सोबतच्या तंत्रज्ञानी शेवटच्या वेळेसाठी यानातील उपकरणाची तपासणी केली. अंतराळयात्रींना अंगठे उंचावत शुभेच्छा दिल्या आणि ते यानाबाहेर गेले. पाच किलोमीटर अंतरावरच्या नियंत्रण कक्षातून ऑर्बिटरचे दार बटण दाबून बंद करण्यात आले. आता यानात फक्त सहाजण होते. नियोजित वेळेला अजून दोन तासापेक्षा जास्त अवकाश होता. ही वेळ ते जमिनीवर असले तरी लौकिकार्थाने त्यांचा आता बाहेरच्या जगाशी संपर्क येणार नव्हता. यानाने आकाशात झेप घेईपर्यंत त्यांना आता याच अवस्थेत पडून राहावे लागणार होते. यावेळी त्यांच्या शरीरावर चार गुरुत्वकर्षणाएवढा दाब होता. पडलेल्या अवस्थेत यानाची तपासणी होत असलेली आणि प्रत्येक यंत्रणा व्यवस्थित असलेली त्यांना समोरच्या संगणकाच्या पडद्यावर दिसत होती आणि नियोजित वेळेला बरोबर नव्वद मिनिटे असताना नियंत्रणकक्षातील घड्याळात उलटीवेळ (काऊंटडाऊन) मोजायला सुरुवात झाली. दर तीस सेकंदांनी 'बीप' असा आवाज येत होता आणि पडद्यावरचे आकडे कमी कमी होत होते.

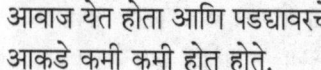

संगणकावर कोलंबियाचे स्थान अक्षांश-रेखांशाने सांगण्यात आले. यावेळी यानाचा वेगमापक त्याचा वेग ताशी सोळाशे किलोमीटर आहे असे दाखवत होता. केप कॅनव्हेराल विषुववृत्ताजवळ असल्याने हा वेग

पृथ्वीच्या भ्रमणाचा आहे हे कल्पनाला ठाऊक होते. प्रत्यक्षात पृथ्वीच्या पूर्वेकडून पश्चिमेकडे होणाऱ्या भ्रमणाचा फायदा यानाला घेता येतो. विषुववृत्तापासून जितके उत्तरेकडे वा दक्षिणेकडे जावे तसा हा भ्रमणाचा वेग कमी कमी होत उत्तर अन् दक्षिण ध्रुवावर पृथ्वीच्या आसापाशी शून्य होतो. जरी पृथ्वीचा कोनीय वेग चोवीस तासात ३६० अंश हा सर्व ठिकाणी सारखाच असला तरी गोलाकारामुळे रेखीय वेग प्रत्येक ठिकाणी त्याच्या विषुववृत्तापासूनच्या अंतरावर अवलंबून असतो.

प्रक्षेपणाला तीस मिनिटे उरलेली असताना मनोऱ्याजवळचे सर्व लोक नियंत्रणकक्षाकडे गेले. तिथून कोलंबिया हाताच्या अंगठ्याएवढे दिसत होते. नियोजित वेळेआधी तीस मिनिटे पुन्हा एकदा यानातील प्रत्येक यंत्रणा संगणक आणि रिमोट बटणे वापरून तसूं न् तसूं तपासण्यात आली. या शेवटच्या तपासणीत लहानसा जरी दोष आढळला तरी उड्डाण रद्द झाले असते. यापूर्वी या स्थितीमधे असताना उड्डाण रद्द झाल्याच्या घटना घडलेल्या होत्या हे कल्पनाला ठाऊक होते. ही तपासणी पूर्ण होऊन पडद्यावर 'ओके' अशी खूण उमटली ती सर्व यात्रींना दिसली आणि एकाचवेळी सगळ्यांच्या हृदयात 'आता आपण नक्की जाणार' या सुटकेच्या भावनेबरोबर यापुढची तीस चाळीस मिनिटे अत्यंत महत्त्वाची आहेत अशा काळजीच्या भावनांची सरमिसळ दाटून आली. कल्पनासाठी तर प्रत्यक्ष स्वप्नात शिरण्याची प्रक्रिया सुरू होणार होती. काही मिनिटातच ती निळ्या नभापलिकडे जाऊन पोचणार होती. आता कोणत्याही कारणाने उड्डाण रद्द होणे शक्य नव्हते. हा क्षण 'पॉईंट ऑफ नो रिटर्न' म्हणून ओळखला जातो.

पुढच्या दहा मिनिटात यानातील आणि बाहेरील सर्व यंत्रणांचे नियंत्रण संगणकाकडे सुपूर्द करण्यात आले. शून्य वेळेला आता नऊ मिनिटे उरली होती. दर अर्ध्या मिनिटाने होणारी उलट्या गणतीची बीप बीप आता दर सेकंदाला होऊ लागली. कोलंबियाच्या वाहकाने शून्य वेळेला सात मिनिटे असताना बसल्याजागी खुर्चीच्या हातात बसवलेल्या रिमोट कंट्रोलने विवक्षित बटणे दाबून इंजिने चालू केली. यानातील सर्व यंत्रणा आपापले काम करण्यासाठी सज्ज झाल्या. (बूटींग) त्या सर्व नीट चालू आहेत असा संगणकावर संदेश आला तेव्हा उड्डाणाला तीनशे सेकंद उरले होते आणि सेकंदाचे आकडे उघडझाप होऊन एकाएकाने कमी होत होते. इथले सर्व संदेश नियंत्रण कक्षात बसवलेल्या नासाच्या वरिष्ठ तंत्रज्ञांना मोठ्या पडद्यावर पाहाता येत होते. एका बटणाच्या साहाय्याने यानाला बाहेरून होत असलेला वीजपुरवठा तोडण्यात आला. जणू यानाची पृथ्वीशी असलेली ऊर्जेची नाळ तुटली. यानाच्या चालकाने सर्व यात्रींना डोक्यावरती ध्वनिसंरक्षण

शिरस्त्राण चढवायची सूचना केली. पडद्यावर ती पाहाताच प्रत्येकाने आपापले डोके झाकले. यंत्रे सुरू होतात तेव्हा मोठ्याने आवाज येतो. त्यातच यानाला बसणाऱ्या हादऱ्यामुळे नेहमीच्या आवाजात बोलणे अशक्य होते.

दहाबारा सेकंद उरले असताना यानाच्या इंधनटाकी खाली मोठेमोठे पाण्याचे हौद होते ते धबधब्यासारखे पाणी सोडून भरण्यात आले. यानाला पहिला प्रवेग

देणारा अग्निबाण जळताना त्याच्या मागच्या शेपटीतून जेट विमानाप्रमाणे जळलेल्या इंधनाचा धूर-झोत (एक्झॉस्ट) प्रचंड वेगाने खालच्या दिशेने फेकला जातो. त्यामुळे जमिनीला आणि आसपासच्या हवेला मोठाले हादरे बसतात. तसेच निर्माण झालेल्या वेगामुळे हवा थरथरते आणि वातावरणात हवेचे उंचसखल झोत निर्माण होतात, त्याना शॉक वेव्हज म्हणतात. त्या आसपासच्या घनवस्तुवर आपटून परततात आणि यानावर आपटल्या तर त्याची हानी होऊ शकते. या शॉकवेव्हज आणि धूरझोत शोषून घेण्यासाठी पाण्याच्या टाक्या उपयुक्त ठरतात.

इंधन भरलेल्या टाक्यांमधे पाईप वापरून द्रवरुप प्राणवायु सोडतात आणि पहिली ठिणगी एका नळकांड्याच्या साहाय्याने दूर अंतरावरून पाडली जाते. एकदम मोठा आवाज करत स्फोट होतो. दाबाखाली टाकीत भरलेला द्रवरुप हैड्रोजन एका झटक्यात जळतो आणि प्रचंड ऊर्जानिर्मिती होते. सुमारे पाचलाख किलोग्रॅम वजनाचे बल निर्माण होते. शास्त्रीय भाषेत हे बल ५×१०^६×९.८ (हा गुरुत्वाकर्षणाचा प्रवेग) इतके न्यूटन (हे बल मोजायचे एकक) बल तयार होते आणि यानाला मिळते. या बलाचा पहिला जोरदार धक्का बसलेला आत कल्पनासह सर्वांना जाणवला. यान थोडेसे पूर्वेकडे झुकले.

प्रक्षेपणाला आता दोन सेकंद होते. यानाच्या प्रत्येक बाजूला उभे जोडलेले दोन अग्निबाण पेटले आणि पांढरा धगधगीत आगीचा, धुराचा लोळ यानाच्या शेपटीतून बाहेर पडला. या अग्निबाणामधे नायट्रोजनची संयुगे वापरून घन इंधन ठासून भरलेले होते. दूरवरून सर्वांना हा लोळ पाहाता आला. यानाला २३ लाख × ९.८ न्यूटन इतक्या एकूण उर्जेची कुणीतरी लाथ मारावी तसे ते वरच्या दिशेने झटक्यात उचलले गेले. साठपासष्ट मीटर उंचीची यानाची जळती शेपटी उपस्थित लोक आणि जगभरातून टीव्हीच्या पडद्याला डोळे लावून बसलेले सर्वजण पाहू शकले. टाकीच्या पाण्याचे उंच वर उसळणे, आजूबाजूच्या जमिनीला बसलेले हादरे, दूरवरच्या झाडीचे थरथरणे, पाण्याची उसळलेली वाफ आणि त्याचा खालून वर जाणारा ढग, यानात खुर्चीला पट्ट्याने बांधलेल्या कल्पनाला दिसला नाही तरी तिला निरोप द्यायला आलेल्या, कठड्यापाशी उभ्या असलेल्या सर्वांना पाहाता आला. एकदम दिलेल्या वेगवान धक्क्यामुळे सर्व यात्रींना छताच्या दिशेने जोराने फेकल्याचा अनुभव आला. त्याचवेळी छातीवर कुणीतरी मणामणाचे ओझे ठेवावे असा दाबही होता. या सर्वांना ते सहजतेने तोंड देऊ शकले कारण याचा प्रशिक्षणाच्या वेळी त्यांच्याकडून सराव करून घेण्यात आला होता.

उडताना यान ठरवल्या दिशेने किंचित पूर्वेकडे झुकले त्यामुळे त्याला पृथ्वीच्या फिरण्याचा लाभ मिळाला. शून्य वेळेनंतर पन्नासाव्या सेकंदाला यानाचा वेग ताशी ११०० किमी. इतका होता. त्यानंतर घन इंधनाच्या दोन्ही दंडगोलाकृती टाक्या सुट्या होऊन खाली पडल्याचा सौम्य हादरा आतल्या यात्रींना जाणवला. पूर्वी या टाक्या वातावरणातून पडताना जळून जात. आता त्याना असलेली हवाईछत्री उघडली आणि त्या सावकाश अटलांटीक महासागरात पडल्या. त्यांची पडण्याची जागाही आधी निश्चित केल्यामुळे बाजूला उभ्या असलेल्या यांत्रिक बोटीने त्या उचलण्यात आल्या. पुढच्या प्रक्षेपणासाठी त्या पुन्हा वापरता येणार होत्या.

आता यानात शांतता पसरली होती. साताठ मिनिटात यानाने ताशी १८००० कि.मी. इतका वेग गाठला. यानाचे टोक सावकाश वरच्या दिशेने झुकले. त्याची मधली द्रव इंधन टाकी सुटी होऊन खाली पडली. अधिक उंचावर असल्याने ती मात्र जळून जात खाली पडली. कारण प्रचंड मूळ वेग आणि गुरुत्वाकर्षणाचा प्रवेग यामुळे टाकीचे हवेशी घर्षण होऊन तपमान वाढते अन जळून राख होत ती विखुरली जाते.

यानाची गती आणखी वाढली. ती ताशी २८००० कि. मी. इतकी झाल्यावर

यानाने आडवे होऊन अवकाशात पृथ्वीभोवती फिरायला सुरूवात केली. यापुढचा यानाचा सगळा प्रवास स्वत:च्या इंजिनाच्या आणि पंख्यात साठवलेल्या इंधनाच्या बळावर होणार होता. पृथ्वीभोवती घिरट्या घालून सोळा दिवसांनी ते परतणार होते. अवकाशात घिरट्या घालण्यासाठी जवळजवळ शून्य ऊर्जेची गरज असते. न्यूटनच्या पहिल्या गतीविषयक नियमाप्रमाणे प्रत्येक पदार्थ स्थिर असला तर बल लावल्याशिवाय तो स्थिरच रहातो आणि विरोध नसेल तर गती असलेला पदार्थ तसाच गतीशील रहातो. अवकाशात हवा नसल्याने कोणतेही विरोधी बल अस्तित्वात नसते. जडत्वाच्या गुणधर्मामुळे फिरणारे यान त्याच गतीने फिरत राहाते. फक्त विशिष्ट वेग आणि उंची याचे कोष्टक जपायला हवे. वेगालाही किमान आणि कमाल मर्यादा पाळावी लागते. वेग जास्त झाला तर सरळ रेषेत ते

अवकाशयान अज्ञात दिशेने निघून जाईल. कमी झाला तर पृथ्वीवर कोसळेल. वर्तुळाकार गतीविषयक नियमाच्या मर्यादेत यान आता फिरत राहाणार होते. जी काही विशेष कामे करायची होती त्यापुरते त्याना इंधन लागणार होते आणि त्याची गरज फार थोडी असते.

सर्वांनी आपापल्या खुर्च्यांना बांधलेले पट्टे सोडले आणि त्यानी नियंत्रणकक्षाला सर्व काही सुरळीत पार पडल्याचा संदेश दिला. यानाच्या गतीवर सेकंदासेकंदाला संदेशाद्वारे नियंत्रण ठेवल्यामुळे पृथ्वीवरच्या नासाच्या अधिकाऱ्याना हे आधीच ठाऊक होते. सर्वांनी तिथे उपस्थित असलेल्या आपापल्या नातेवाईकांशी बोलून घेतले आणि ठरवलेल्या चाकोरीतून त्यांची कामे सुरू झाली. आपापले अवकाशपोशाख उतरवून सर्वजण आरामदायी वेषात आले. कल्पनाने आता जो टीशर्ट घातला

होता त्याच्या छातीवर अक्षरे छापलेली होती "यु. टी. अर्लिंग्टन, एरोस्पेस इंजिनियर" तर पाठीवर अक्षरे होती "ॲज ए मॅटर ऑफ फॅक्ट आय ॲम ए रॉकेट सायंटिस्ट" (खरे सांगायचे तर मी अवकाश संशोधक आहे) तिच्या युटीएच्या सहकाऱ्यांनी तिच्यासाठी खास बनवून हा टीशर्ट पाठवला होता.

उड्डाणाची वेळ अमेरिकेत पहाटे होती. म्हणजे भारतात त्यावेळी रात्र होती. पृथ्वीवरती त्यावेळी रात्र होती. पृथ्वीवरती त्याचवेळी कर्नाल नावाचे एक छोटेसे गाव पूर्ण जागे होते. घराघरातून दिवे लावलेले होते. ज्या घरात कल्पना जन्मली, तिचे बालपण गेले ते घर कर्नालवासियानी दिव्याच्या रोषणाईने झगमगत ठेवले होते. त्यांची मुलगी अवकाशातून जेव्हा खाली पाहील तेव्हा तिला आपल्या जन्मघरात अंधार दिसू नये अशी प्रत्येक कर्नालवासियाची इच्छा होती.

पहिल्या झटक्याला प्रचंड वेगामुळे रक्तप्रवाहावर परिणाम होतो. त्या वेगाशी जुळवून घेताना रक्तदाबात अनियमित चढउतार होतात. पोटात मळमळणे, उलटी झाल्यासारखे वाटणे किंवा होणे असे परिणाम उद्भवतात. जमीनीवर अशा वेगाचा सराव केल्यामुळे कोणालाही हा स्टमक अवेअरनेसचा त्रास झाला नाही. आपण जेव्हा जमिनीवर असतो तेव्हा शरीरातील पाणी गुरुत्वाकर्षणामुळे पायाच्या दिशेने वहाते. अवकाशात आल्याबरोबर गुरुत्वाकर्षण नाहीसे होते त्यामुळे पाणी सर्व शरीरावरती साठून सर्वांगावर विशेषत: चेहऱ्यावर सूज येते. दोन दिवसानी चेहरे पूर्ववत झाले.

या मोहिमेचे दोन प्रमुख उद्देश होते. एक होता 'मायक्रोग्रॅव्हिटी'चा अभ्यास करणे. त्यासाठी यानावरती लहानशी प्रयोगशाळा होती आणि दुसरा होता एक उपग्रह अवकाशात सोडणे. या उपग्रहाने सूर्याच्या बाहेरच्या वातावरणाची छायाचित्रे घेऊन त्यांचे पृथक्करण (ॲनॅलिसीस) करून संगणकात नोंदी करायच्या होत्या. त्या नोंदीचे विद्युतसंदेशात रूपांतर करून ते पृथ्वीवरील नासाच्या प्रयोगशाळेत पाठवायचे होते.

घड्याळ्याच्या काट्यावर नियोजित कामे पार पाडली जाऊ लागली. कल्पनाकडे ३००० पौंड वजनाचा स्पार्टन नावाचा उपग्रह अवकाशात सोडायचे काम होते. योग्य ती यंत्रणा वापरून २१ नोव्हेंबरला कल्पनाने स्पार्टनला ऑर्बिटरपासून अलग केले. सुटा झाल्यावर तो देखील यानाप्रमाणे पृथ्वीभोवती त्याच वेगाने फेऱ्या मारू लागला. सूर्याच्या वातावरणाकडून येणारे किरण पडण्यासाठी त्याच्या पृष्ठभागावर विशिष्ट यंत्रणा बसवली होती. अलग झाल्यापासून नव्वद सेकंदानंतर त्याने संदेश द्यायला सुरवात करायला हवी होती. पण तसे संदेश त्याने दिले

नाहीत हे खाली नासाच्या प्रयोगशाळेत तसेच यानाच्या संगणकाच्या पडद्यावर उमटले. याचा अर्थ त्यावरची यंत्रणा नीट काम करत नव्हती. त्या मोहिमेवर कल्पनाकडे यंत्रमानवी विभाग होता. यानातून यंत्रमानवी १६ मीटर लांबीचा हात बाहेर काढून आणि आंतून संगणकावर त्याचे नियंत्रण करून कल्पनाने स्पार्टनवरील यंत्रणा चालू करायचा प्रयत्न केला. दोन अडीच तासांच्या खटपटीनंतर तिला थांबायची सूचना नासाने दिली. त्या प्रयत्नात स्पार्टनला लहानसा धक्का बसला आणि तो स्वत:भोवती सावकाश फिरू लागला. कोणतेही विरोधी बल अस्तित्त्वात नसल्याने त्याचे हे गरगरणे तसेच चालू राहिले.

यानाचा आणि उपग्रहाचा वेग एकच असल्याने पृथ्वीभोवती भ्रमण करताना ते बरोबरच होते. तीन दिवसानंतर बरोबरचे दोन अवकाशयात्री विन्स्टन स्कॉड आणि नाकाई दोई, यानाबाहेर गेले. अवकाशात चालत जाऊन त्यांनी स्पार्टनला पकडले. हाताने त्याचे स्वत:भोवतीचे गरगरणे थांबवले. या चालण्यासाठी (स्पेस वॉक) त्याना सात तासाच्यावर वेळ मिळाला. तो नीट स्थिर होऊन फिरू लागल्याची सूचना मिळाल्यावर ते यानात परतले. ही संपूर्ण कामगिरी पार पडेपर्यंत संगणकापुढे बसून कल्पना त्यांचे चालणे नियंत्रित करत होती. याचा सराव त्या तिघांनीही जमिनीवर केला होता पण प्रत्यक्षात करणे अगदी रोमांचकारी होते.

जमीनीवरील नियंत्रणकक्षात मोठ्या पडद्यावर त्यांचे चालणे आणि कल्पनाचे नियंत्रण नासाच्या वरिष्ठ तंत्रज्ञाना दिसत होते. सूचनांची देवाणघेवाण होत काम पूर्ण झाले. पण स्पार्टनने त्याच्यावर सोपवलेले काम मात्र शेवटपर्यंत पार पाडले नाही. त्यावरून संदेश येऊ शकले नाहीत.

यानावरील लहानशा प्रयोगशाळेत मात्र सर्व प्रयोग नीटपणे पार पडले. गुरुत्वाकर्षणाशिवाय पदार्थाचे द्रवरूपातून, अर्धद्रव आणि नंतर सावकाश स्फटिकीकरण कसे होते हे पाहाण्यासाठी त्यांनी अनेक पदार्थ आणले होते. त्यामधे तासातासाने होणारे बदल टिपून संगणकात नोंदले जात होते. याचा उपयोग संगणकासाठी मायक्रोचिप बनवताना जे अर्धवाहक निर्माण करतात त्यासाठी होणार होता. तसेच इतर 'हाय प्रिसिजन' (अत्यंत अचूक) उपकरणात वापरण्यात येणारे पदार्थ निर्माण करण्यात होणार होता.

पृथ्वीभोवतीच्या एका फेरीत कल्पनाने आपल्या सहकाऱ्यांना हिमालयाजवळची दिल्ली दाखवली. त्याजवळ आपले छोटेसे कर्नाल गाव आहे ते अंदाजाने दाखवले. अवकाशातून पृथ्वी कशी दिसते त्याचे तपशिलात वर्णन तिने आपल्या

नवऱ्याबरोबर डॉ. विल्सनलाही पाठवले होते.

एक दिवस तिने थेट भारताचे तत्कालिन पंतप्रधान श्री. इंद्रकुमार गुजराल यांच्याशी फोनवर बातचीत केली. त्यांनी तिचे अभिनंदन करताना विचारले,

"तिथून पृथ्वी कशी दिसते आहे?"

"अवकाशातल्या एका धुळीच्या ठिपक्यासारखी दिसतेय." कल्पना उत्तरली.

त्यावर त्यांनी फोनवर तिला उर्दू शेर ऐकवला.

"सितारोसे आगे और भी जहाँ है." (ताऱ्यांच्या पलीकडे आणखी दुनिया आहेत)

तू भारतात कधी येणार? या प्रश्नाला कल्पनेने उत्तर दिले, मोहीमेवरून परतल्यावर. या पाचही जणाना घेऊन मला भारताला भेट द्यायला आवडेल. श्री. गुजरालनी त्यासाठी सर्वतोपरी प्रयत्न करेन असे सांगितले.

तुझ्या यशाचा आम्हा सर्वांना अभिमान वाटतो. तसेच भारतातील नव्हे तर विश्वातील विज्ञानाच्या, तंत्रज्ञानाच्या कक्षा अशा मोहिमेमुळे रुंदावल्या आहेत. आपल्या देशाच्या शिरपेचात तू मानाचा एक तुरा खोवला आहेस या शब्दानी श्री. गुजराल यानी सर्व भारतीयांतर्फे तिचे मन:पूर्वक अभिनंदन करून शुभेच्छा दिल्या.

प्रत्यक्षात ही मोहीम संपून कल्पना परतली आणि भारताच्या परराष्ट्रखात्याला श्री. आय. के. गुजराल यानी कल्पनासह सहाही अंतराळवीरांना भारतभेटीचे आमंत्रण देऊन कागदी कारवाई सुरू करायला सूचना दिल्या. त्यानंतर राजकीय अस्थिरता निर्माण होऊन गुजरालना जावे लागले आणि कल्पनाही अमेरिकेत अडकली. ही अवकाशवीरांची भारतभेट कधीच प्रत्यक्षात आली नाही.

एकोणीस नोव्हेंबर १९९७ ते पाच डिसेंबर १९९७ असे सोळा दिवस कल्पना कोलंबिया यानात अंतराळात होती. त्या काळात त्यानी पृथ्वीभोवती २५२ फेऱ्या मारल्या. ३७६ तास, चौतीस मिनिटे ते सर्व अवकाशात राहिले आणि सुमारे एक कोटी कि. मी. अंतर काटले. पृथ्वीपासून ते दीडशे कि. मी. उंचीवर होते.

पृथ्वीवर परतल्यावर त्याना दोन दिवस स्वतंत्र ठेवण्यात आले. शरीराला पुन्हा गुरुत्वाकर्षणाची सवय व्हावी आणि अंतराळातून काही विषारी परिणाम शरीरावर झाले असले तर ते लक्षात यावे, म्हणून असे ठेवले होते. अंग दोन दिवस जडजड वाटते. कल्पनाला शरीराबरोबर मनही जडजड झाल्याचे वाटत होते. स्पार्टनच्या अपयशाची जबाबदारी आपल्यावर टाकण्यात येईल का अशी

तिच्या मनाला भीती वाटत होती. तिच्या वरिष्ठ अधिकाऱ्याने लगेचच तिला बोलावून सांगीतले, केसी, तुझे काम तू छान पार पाडले आहेस.

शरीर पूर्वस्थितीत आल्यावर कल्पनाने वाट पहाणाऱ्या प्रसारमाध्यमाना मुलाखती दिल्या. भारतातून तिच्यावर कौतुकाचा वर्षाव करण्यात आला. भारतात तिने यावे आणि इतर आप्तेष्टांना, शाळा-कॉलेजला भेटी द्याव्या यासाठी तिचे आईवडील, भाऊ प्रयत्न करत होते. पण नासातील काही अधिकाऱ्यामधे स्पार्टनच्या अपयशाबद्दल कुजबूज सुरू झाली होती. यानातील यंत्रमानवी विभागाचे प्रमुखपद कल्पनाकडे होते. त्यामुळे तिच्याकडे बोट दाखवण्यात आले. अमेरिकेमध्ये श्रमांचे, बुद्धिचे चीज होते हे खरे आहे. गुणवत्तेची कदर करताना देश, वंश, रंग इ. अडसर तिथे नगण्य ठरतात आणि संधी उपलब्ध होतात हे खरे असले तरी जेव्हा चूक होते तेव्हा परिणामानाही त्याना सामोरे जावे लागते. कल्पनाला ठाऊक होते, आपण कोणतीही चूक केलेली नाही.

नासाच्या उच्चस्तरीय तांत्रिक समितीकडून चौकशी करायचे ठरले. कल्पनाने त्या कसोटीच्या वेळी आपण हजर राहायला हवे हे कर्तव्य मानले. भारतात तिच्यावर मानसन्मानाचा वर्षाव होणार होता. पण आपले निरपराधित्व सिद्ध झाल्याशिवाय आपण ते स्वीकारायचे नाहीत असे तिने मनाशी ठरवले आणि भारतभेट लांबणीवर टाकली. चौकशी समितीने सर्व संगणकीय पुरावा तपासला आणि त्यांच्या लक्षात आले की एक लहानशी तांत्रिक चूक पहिल्याच टप्प्यात घडली आणि मग चुकांची मालिका ओवली गेली. सरकसाखळीचा एक फासा सुटला तर पूर्ण साखळी उसवते, त्याला तंत्रज्ञानामधे 'झिप इफेक्ट' म्हणतात. तसे झाले आणि स्पार्टन सक्रीय होऊ शकला नाही. कल्पनाला बोलावून ती एक उत्तम अवकाशयात्री आहे असे समितीने सांगितले. कल्पनाला आणखी एक धडा शिकायला मिळाला. चूक होऊ न देणे आपल्या हातात प्रत्येक वेळी असतेच असे नाही. अज्ञात कारणाने चूक झाली तर ती शोधून सुधारणे हे अधिक कौशल्याचे आणि परिपूर्णतेचे लक्षण आहे.

ताऱ्याच्या जवळ जाऊन आल्यावरही कल्पना आपल्या मातीला, देशाला विसरली नाही. तिचे भारतात येणे रद्द झाले. तिने आपल्या पंजाब इंजिनियरिंग कॉलेजला नासाच्या त्या विशिष्ट मोहिमेसाठी तयार केलेला 'बॅज' पाठवला. त्या चिन्हावर सहाही अवकाशवीरांच्या सह्या होत्या. स्पेस मिशन एसटीएस - ८७ अशी अक्षरे होती आणि आपल्या कॉलेजच्या विद्यार्थ्यांसाठी कल्पनाने स्वत: दिलेला संदेश होता. "ताऱ्यांना गवसणी घाला" (रीच फॉर द स्टार्स)

हा 'बॅज' आता स्मृतीचिन्ह म्हणून प्रिन्सीपॉल रजनीश प्रकाश यांच्या खोलीत दर्शनी भागी लावलेला आहे. त्यावर कोलंबिया अवकाशयानाचा फोटोही आहे. कॉलेजच्या प्रवेशद्वारापाशी असलेल्या दिवाणखान्यात तिच्यासह सहाही अंतराळवीरांचा अंतराळपोशाखातील फोटो मोठा करून लावलेला आहे. त्यावरही सर्वांच्या सह्या आहेत. या फोटोमुळे कॉलेजच्या माजी, आजी आणि भावी विद्यार्थी-विद्यार्थिनींना प्रोत्साहन मिळेल असा विश्वास कॉलेजच्या व्यवस्थापनाला वाटतो. कॉलेजच्या वाचनालयात, एरोनॉटिक्स विभागात भिंतीवर कल्पनाचा हसरा फोटो सर्वांचे स्वागत करतो. कॉलेजच्या जिमखान्यात तिची हसरी छबी आहे आणि बाजूलाच कॉलेजच्या स्पोर्टस् डेला कल्पनाचा दोरीवरच्या उड्या मारतानाचा एक फोटो कॉलेजच्या कचेरीतील लोकांना मिळाला तोही लावलेला आहे.

तिच्या शाळेतही तिचा फोटो दर्शनी भागात लावलेला आहे. नासाच्या विकास कार्यक्रमाचा एक भाग ''कॅच देम यंग'' यावर आधारित आहे. म्हणजे लहान वयात, संस्कारक्षम मन असताना मुलांच्या मनात अवकाशयात्रेबद्दल उत्सुकता, प्रेम उत्पन्न व्हावे म्हणून अकरावी, बारावी म्हणजे १४ ते १७ या वयोगटातील बुद्धिमान, चौफेर व्यक्तिमत्त्वाच्या मुलामुलींना नासाच्या कार्यक्रमाची माहिती करून देण्यात येते. त्याना प्रत्यक्ष काम कसे चालते, हे दाखवण्यासाठी प्रयोगशाळेत नेतात, नासाच्या विविध शाखा दाखवतात. त्यातून या बुद्धिमान मुलांनी प्रेरणा घ्यावी आणि अभ्यासक्रम पूर्ण करून त्यानी नासाच्या सेवेत यावे असा हेतू त्यामागे आहे. कल्पनाने या कार्यक्रमाअंतर्गत आपल्या कर्नालच्या टागोर बालनिकेतनमधील विद्यार्थी विद्यार्थिनींना यामधे सामील करून घेतले आणि त्याना नासाची सफर घडवली. हे विद्यार्थी तिच्यासोबत राहिले, त्यांची जबाबदारी कल्पनाने स्वत: उचलली.

तिला जेव्हा विचारण्यात आले की पृथ्वीवर आल्यावर कसे वाटते? तेव्हा तिने उत्तर दिले.

''मला माझ्या चेहऱ्यावर वारा उसळत असलेला खूप आवडतो. वेगाने सायकल चालवणे त्याकारणाने मला अजूनही आवडते. पृथ्वीवरचा उबदार सूर्यप्रकाश आणि पहाटेची ताजी हवा याचा आनंद काही वेगळाच आहे. अवकाशात मी या सर्वांना मुकले होते. तरीही अवकाशात जायच्या संधीची मी पुन: पुन्हा वाट पाहात राहीन.''

''पहिली भारतीय अंतराळवीर स्त्री'' याबद्दल विशेष भावना सांगा असे तिला विचारले तेव्हा ती गंभीरपणे म्हणाली,

'तुमच्या अंतर्मनात सतत जागे ठेवलेले स्वप्न तुम्ही प्रयत्नाने, सतत परिश्रम करून प्रत्यक्षात आणले तर त्याची पूर्ती झाली ही एकच भावना मनात उरते. पहिली, स्त्री... या क्रमाला, वस्तुस्थितीला काहीही अर्थ राहात नाही.

परतल्यावर नासाच्या आणखी काही तांत्रिक विभागात तिला प्रशिक्षणासाठी रुजू व्हावे लागले. इतके यश संपादन करून कल्पनाच्या वागण्यात काहीही फरक पडला नव्हता. नासाच्या वसाहतीबाहेर जेपीबरोबर फिरताना, जॉगिंग करताना तिचा आविर्भाव तितकाच सहज होता. तिथल्या प्रचंड मोठ्या दुकानात (मॉलमध्ये) कोपऱ्यातल्या उपहारगृहात ती पूर्वीप्रमाणेच समोसे आणि चटणी आवडीने खायला जात होती. शनिवार-रविवार विमानातून फिरून येणे आणि कुणी भारतातून भेटीला आले तर त्याच सहजतेने पंजाबी ड्रेस, कुंकवाची टिकली लावून ती स्वागताला सामोरी जात असे. कुणीही कर्नालहून आले आहे असे कळले तरी तिचा उत्साह उतू जात असे. त्या पाहुण्यासाठी कल्पनाचे घर स्वागताला तयार राही.

कल्पनाला फार वाट पहावी लागली नाही. दोन हजार साली 'एस. टी. एस. १०७' या कोलंबियाच्याच एका फेरीसाठी तिची निवड झाली. ही अवकाशयात्रा २००३ साली ठरवण्यात आली होती. कल्पनाला पुन्हा आणखी प्रशिक्षणासाठी नासाच्या वेगवेगळ्या विभागात काम करावे लागले आणि भारताची पुढं ढकललेली नियोजित फेरी रद्द झाली. सप्टेंबरमध्ये पंतप्रधान अटलबिहारी वाजपेयी अमेरिकेच्या भेटीवर गेले तेव्हा अमेरिकेच्या उपाध्यक्षानी, श्री. अल. गोर यानी वॉशिंग्टनला त्यांच्या सन्मानार्थ भोजनसमारंभ आयोजित केला होता. कल्पनाला 'एसटीएस ८७' सफरीवर निरोप द्यायला गेलेले टी. पी. श्रीनिवासन या अधिकाऱ्याने तिला खास निमंत्रण देववले. त्यावेळी अनेक उच्चपदावरचे भारतीय हजर होते. भारतातर्फे श्री. वाजपेयीनी तिचे अभिनंदन केले. दोन हजार तीन सालच्या सफरीनंतर मी नक्की भारतभेटीला येणार आहे असे कल्पनाने त्यावेळी उपस्थिताना सांगितले.

कल्पनाला वाचनाची पहिल्यापासून आवड होती. कॅलिफोर्नियाच्या सॅन फ्रॅन्सिस्को येथील फूटहिल कॉलेजातील प्राध्यापक आणि सुप्रसिद्ध लेखिका चित्रा बॅनर्जी तिची एक आठवण सांगतात. कल्पनाचा साधेपणा त्यातून प्रतीत होतो.

१९९४ मध्ये मला कॉलेजमधे फोन आला.

'हॅलो मी कल्पना चावला बोलते आहे. तुमची पुस्तके मला फार आवडतात. मी इथे जवळच रहाते. तुम्हाला एकदा भेटायचे आहे.'

हसऱ्या खेळकर आवाजातल्या त्या बोलण्याने मला खरेच बरे वाटले. पण फारसे आश्चर्य वाटले नाही. माझ्या कादंबऱ्यामध्ये अमेरिकेतील भारतीयांचे जीवनचित्र रंगवलेले असते आणि असे फोन, मेल्स, पत्रे, शुभेच्छापत्रे मला अधेमधे येतच असतात. तिने भेट मगितली तेव्हा मात्र मी काळजीत पडले. मी त्यावेळी नऊ महिने पूर्ण होऊन माझ्या बाळाची प्रतीक्षा करत होते. तरी मी तिला दुसरे दिवशी भेटायचा वायदा केला. वेळ, जागा निश्चित केली. माझ्या पुस्तकाबद्दल, सटरफटर बोलणे झाले आणि शेवटी मी विचारले,

"तुम्ही काय करता?"

"ओ, ते अगदी गुंतागुंतीचे आहे. मी तुम्हाला उद्या प्रत्यक्ष भेटीत सांगेन, चालेल ना?" त्याच खळखळत्या हसऱ्या आवाजात तिने माझा निरोप घेतला.

त्या रात्रीच माझ्या पोटात दुखू लागले आणि मला सीझेरियनसाठी हॉस्पिटलात हलवावे लागले. कल्पना चावला हे नाव, दुसरे दिवशीची ती भेट मी सर्व विसरून गेले. बाळाने माझे आयुष्य पूर्ण व्यापून टाकले.

दोनेक वर्षांनी आमच्या कॉलेजात स्त्रियांच्या इतिहासावरती एक महिनाभर कार्यक्रम करायचे ठरले, तेव्हा माझ्या सहकारी स्त्रीने सुचवले की पहिले उद्घाटनाचे भाषण आपण एका महिला अवकाशयात्रीचे ठेवू. इथल्या जवळच्या मफेट फिल्डवर नासाच्या केंद्रात एक मुलगी प्रशिक्षण घेते आहे. चावला म्हणून एक भारतीय आहे...

"कल्पना चावला का?"

"हो, तुम्ही तिची ओळख करू द्या."

मी आनंदाने होकार दिला. कारण कल्पना चावला हे नाव तोपर्यंत प्रत्येक भारतीयाच्या ओठावर रुळले होते. तिची कोलंबियातून अवकाशात जायची निवड होऊन प्रसारमाध्यमानी तिचे नाव घरोघरी पोचवले होते. विशेषत: अमेरिकेत राहाणाऱ्या भारतीयांना तिचा अभिमान वाटत होता. एका परदेशी राहाणाऱ्या महिलेने अंतराळातील पहिली भारतीय महिला" असा किताब मिळवण्यासाठी जे परिश्रम केले होते ते आम्हा सर्वांना ठाऊक होते.

त्यावेळी याच स्त्रीशी मी दोन वर्षांपूर्वी फोनवर भेटीचा वायदा केला होता याची मला आठवणही राहिली नव्हती. अर्थात अजून ती अंतराळात

पोचली नव्हती पण तो फक्त वेळेचा प्रश्न होता. तिचे फोटो अधेमधे पेपरामधे येत असत.

तिची माझी भेट झाली तेव्हा हसऱ्या, मध्यम चणीच्या, उत्साही कल्पनाला बघून प्रसन्न वाटले. तिच्या वागण्यात अजिबात मोठेपणा नव्हता, आपण कुणी विशेष आहोत याचा लवलेश नव्हता. चालताना तिच्या पावलापावलातला आत्मविश्वास पहाणाऱ्याला सहज जाणवत होता.

आपल्याला अवकाशात जाण्यासाठी कोणकोणत्या दिव्यातून पार पडावे लागले याचे तपशील तिने प्रामाणिकपणे सांगीतले. त्यात अभिनिवेश नव्हता. आत्मप्रौढी तर बिलकूल नव्हती. समोरच्या तरुणींना तिने 'आपल्या स्वप्नांचा पाठपुरावा करा, त्याना कधीही विसरू नका. एक दिवस ती सत्यात उतरतील' असा संदेश साध्या शब्दातून दिला. त्यामध्ये उपदेश नव्हता तर अनुभवाचे बोल वाटावेत असा प्रामाणिकपणा होता. समोरच्या चेहऱ्यावरून मला कळले ती आली, ती बोलली, तिने श्रोत्यांना जिंकले.

नंतर एकत्र जेवताना तिने माझ्याकडे वळून म्हटले "दोन वर्षांपूर्वी मी फोन करून तुम्हाला भेटायला आले होते. तुमच्या कादंबरीवर मला सही घ्यायची होती आणि तुम्हाला फुले द्यायची होती."

आता आश्चर्यचकित व्हायची पाळी माझी होती. मी काही बोलणार तो तीच पुढे म्हणाली,

"वायदा करून तुम्ही भेटला नाहीत. पण मी तुम्हाला त्याबद्दल अजिबात दोषी मानत नाही. तुमच्या बाळाचा जन्म हे तुमच्या वायदा मोडण्याचे कारण कळले आणि मी तुम्हाला माफ करून टाकले. वेळ न पाळायला सर्वांना पटेल, आवडेल असे उत्कृष्ट कारण तुमच्याकडे होते."

मग आम्ही अगदी मोकळेपणाने गप्पा मारल्या. त्यात एक आपुलकीचा धागा होता. अमेरिकेत राहाणाऱ्या भारतीय स्त्रीला स्वत:ला सिद्ध करण्यासाठी कायकाय करावे लागते, आपण करत असलेले काम आपल्या अंतरातल्या दुर्दम्य इच्छेचे प्रतीक असले तर काम, काम राहात नाही ते आनंद बनते आणि त्याच्यासारखे दुसरे सुदैव नाही. आपण दोघी आपल्याला अत्यंत आवडणाऱ्या क्षेत्रात करियर करत आहोत हे किती भाग्याचे आहे."

जाताना ती माझ्याकडून फुले आणि मी भेट दिलेली तिची आवडती कादंबरी घेऊन गेली.

तिच्यातील विनयी, गुणग्राही, निरहंकारी माणसाचे दर्शन घडले आणि एका

यशस्वी, मनस्वी स्त्रीला भेटल्याचा आनंद माझ्या मनात बराच काळ रेंगाळत राहीला.'

कल्पनाने आपल्या दुसऱ्या उड्डाणाची तयारी सुरू केली. यावेळी तिला दुसऱ्या क्षेत्रात विशेष प्रशिक्षण देण्यात आले. कारण या फेरीची ती कमांडर म्हणजे प्रमुख आणि फ्लाईट इंजिनियर होती. तिच्यासाठी हा स्वप्नातला पुढचा मुक्काम होता. लहानपणी पिकनिक ठरवून पोरांना गोळा करून, कर्नालच्या अरूंद गल्ल्यातून भन्नाट सायकल मारत त्या पार पाडणाऱ्या छोट्या मुलीवर आता सोबतचे सहा यात्री आणि अनेक शास्त्रीय उपकरणे, संगणक यांच्यासह एक कोलंबिया नावाचे यान अवकाशात फिरवण्याची जबाबदारी पडली होती. तिला आव्हाने स्वीकारुन पार पाडण्यातला आनंद पुन्हा एकदा उपभोगायला मिळणार होता.

जाण्यापूर्वी कल्पनाने दिल्लीला फोन केला आणि नॅशनल सायन्स सेंटरच्या संचालकांशी ती बोलली. यावेळी ती कमांडर असल्याने तिचा अधिकार वाढला होता. एखादी वस्तु अवकाशात न्यायची तिने इच्छा प्रदर्शित केली. संस्थेचे प्रमुख संचालक डॉ. ए. एस. मानेकर यानी त्वरीत होकार दिला. तिने त्यांना पत्रही पाठवले होते. त्या पत्रावरून त्यांनी तिला काय पाठवावे याची प्रेरणा घेतली. त्या पत्रात तिने आपल्या शिक्षिका निर्मला नंबुद्रीपाद यांची आठवण काढली होती. त्यावरून कल्पना घेऊन एक सिल्कचा झेंडा बनवण्यात आला. त्यावर नॅशनल

Kalpana Chawla getting help with her space suit before the launch AFP

सायन्स लॅबोरेटरीचा लोगो होता आणि बाजूला एक शिक्षक आपल्या पुढ्यात वाकून नमस्कार करत असलेल्या विद्यार्थिनीस आशीर्वाद देत आहेत असे चित्र होते. अवकाशात ते बॅनर जाऊन आल्यावर त्यावर सगळ्या अवकाशयात्रींची सही आणि फोटो चिकटवला जाणार होता आणि दिल्लीच्या सायन्स सेंटरमधे 'आठवण' म्हणून जतन केला जाणार होता. कल्पनाच्या कुटुंबियांबरोबर तो बॅनर तिच्या हातात पडला आणि अवकाशातही गेला. परत यायचे भाग्य त्याला लाभले नाही.

अवकाशात विश्रांतीला फार महत्त्व देतात. तसेच झोपताना वा उठताना अवकाशवीरांची मनस्थिती प्रसन्न असावी याकडे खास लक्ष दिले जाते. त्यांच्या आवडीच्या संगीताने त्यांना वेळेवर उठवणे हा त्याचा एक भाग आहे. देशोदेशीच्या, वेगवेगळ्या पार्श्वभूमीच्या अवकाशवीराना आपापल्या आवडीच्या संगीताची धून ऐकत उठायची आधीच व्यवस्था करण्यात येते. कल्पनाला अभिजात भारतीय संगीताची आवड होती. तिने अवकाशात उठवण्यासाठी रविशंकराच्या सतारीवर वाजवलेल्या मिश्र पिलु रागाची धून, हरिप्रसाद चौरासियांची बासरी, नुसरत फतेअलीच्या गझला नेल्या होत्या. तिच्यासाठी संगीत निवडण्याचे काम जेपीने केले. जेपीच्या सहवासात तिला पाश्चात्य संगीताची आवडही लागली होती. तसेच रॉक संगीताच्या मैफली ऐकण्यासाठी ते दोघे नेहमी जात. थेलनियस मंक ग्रुपचा मंद जाझ आणि डीप पर्पलचा, पायाबरोबर मनालाही थिरकवणारा रॉक याच्याही सीडीज

त्याने विश्रांतीच्या वेळी ऐकण्यासाठी निवडल्या होत्या. अबिदा परवीनचे सूफी अभंग हे आध्यात्मिकतेकडे नेणारे संगीतही तिला अलीकडे आवडू लागले होते. त्याच सुमारास त्यांनी एक डीप पर्पल ग्रुपची मैफल ऐकली. त्यावेळी जेपीने त्या ग्रुपच्या एकाला आपल्या पत्नीच्या आवडीबद्दल सांगितले. ग्रुपचा प्रमुख इयान गिलन आपले संगीत अवकाशात जाणार हे कळताच इतका खूष झाला की त्याने

लगेच आपली सही असलेली सीडी त्याना दोन दिवसाने पाठवून दिली. परत आल्यावर सुवनीर म्हणून ती सीडी मला कृपया परत पाठवा अशी विनंती करणारी चिठ्ठीही त्या सीडीसोबत होती.

तिला निरोप देण्यासाठी तिची भावंडे, आईवडील आले होते. यावेळी ती परतल्यावर तिच्यासाठी एक मोठ्ठी पार्टी ठरवण्यात आली. त्याबद्दल तिला आधी काहीही कल्पना द्यायची नाही असा बेत तिच्या मित्रमैत्रिणींनी ठरवला होता. तिला भारतात न्यायचे तिच्या भावंडानी नक्की केलं होते.

गेल्यावेळेप्रमाणे सर्व सोपस्कार पार पडले आणि सोळा जानेवारी २००३ ला पहाटे कोलंबिया अवकाशात झेपावले. कल्पना यावेळी कमांडर आणि फ्लाईट इंजिनियरच्या खुर्चीत बसलेली होती. ही यात्रा यावेळी औषधी कंपन्यांनी पुरस्कृत केलेली होती. त्यांच्यासोबत एक खास प्रयोगशाळा 'स्पेसहॅब' होती. यामध्ये प्राण्यांवर, जिवंत कृमीवर करायचे अनेक प्रयोग सुचवलेले होते. त्याचे एका यात्रीला प्रशिक्षणही दिलेले होते. 'स्पेसहॅब'मध्ये (स्पेसमधील हॅबिटॅट म्हणजे अवकाशातील सजीव परिसराचे हे लघुरूप आहे.) संगणक, कॅमेरे आणि उपकरणे याबरोबर अनेक काचेच्या बशा, परीक्षानळ्या, लहान लाकडी पेट्या होत्या. त्यामधे किडे, कोळी, तृणधान्ये, फुले, जीवाणू, विषाणू, खास जिवंत ठेवलेल्या पेशींचे समूह, लहान मासे, अळ्या, इत्यादी बरेच काही होते. शेवाळ, उंदीर, किड्यांचे कोश होते.

नऊ मिनिटांनी आपल्या नेमून दिलेल्या कक्षेत पोचून कोलंबिया पृथ्वीभोवती घिरट्या घालू लागले. बाहेरचे निळे आकाश गडद होत होत काळे झाले होते. यान एकदा स्थिर झाल्यावर सर्व यात्री आपापल्या झळाळत्या केशरी रंगांच्या पोशाखातून साध्या जीन्स, टीशर्टमधे आले. वजनरहीत अवस्थेशी जुळवून घेईपर्यंत आणखी थोडा काळ गेला. यानाच्या भिंतीना हलका धक्का देऊन

नियोजित जागी पोचायची सवय झाली. लहानलहान चुका म्हणजे खाऊन झाल्यावर सर्व 'पकडून' कचऱ्यात टाकायचे. नाही तर ब्रेडचा चुरा हवेत तरंगत रहातो. द्रवपदार्थ स्ट्रॉने ओढून प्यायचे नाहीतर ते पिता येत नाहीत इत्यादीची सवय झाली. दोन दिवसात शरीरावरची सूजही उतरली आणि त्यांची नेमून दिलेली कामे घड्याळ्याच्या काट्यावर पार पडू लागली.

यानात पाण्याने आंघोळ करता येत नाही. कारण पाण्याचा फवारा पडत नाही आणि तांब्या उलटा केला तरी पाणी पडत नाही. ओल्या सुगंधी टॉवेलने अंग खसखसून पुसणे हीच आंघोळ. सर्वांत कठीण काम म्हणजे मलमूत्र विसर्जन. ती एक कसरतच असते कारण गुरुत्वाकर्षण नसल्याने काहीही खाली पडत नाही. याचाही जमिनीवर सराव करून घेतलेला असतो. साधी शिंक जरी आली तर जोराने बाहेर पडलेला फवारा हवेत रुमाल फिरवून टिपावा लागतो.

अनेक कीडामुंग्याबरोबर खुद्द अवकाशवीरही यावेळी 'गिनिपिग' म्हणून वापरले जाणार होते. कॅल्शियमच्या गोळ्या खाऊन शरीरात त्याचे गुरुत्वाकर्षणाशिवाय पोषण कसे होते हे त्याना पृथ्वीवर पोचवायचे होते. त्या सोळा दिवसात त्यांनी अनेक प्रयोग पार पाडून त्याच्या नोंदी केल्या. ओलसर धान्याला कोंब फुटले, कोळ्यानी जाळी बांधली, माशाना पिल्ले झाली, कोशातुन रेशीमकीडा बाहेर पडला. छोट्या गुलाबाला कळी फुटली आणि फूलही फुलले. जीवन कुठेही वहायचे थांबत नाही. अवकाशातही ते फुलत रहाते.

त्याना नेमून दिलेले ऐंशीच्यावर प्रयोग सुरळीत पार पडले. कर्करोगाच्या पेशीसमूहाची (टिश्यू) वाढ तपासून निष्कर्ष काढण्यात आले. सर्व नोंदी संगणकात सारण्यात आल्या. पृथ्वीवरही पाठवण्यात आल्या. कोलंबियाने आपल्याला नेमून दिलेले काम पूर्ण केले.

कल्पनेने शक्यतो आपले सहकारी एकत्र नाश्ता, जेवण करू शकतील याकडे लक्ष दिले. तिचे शाकाहारी जेवण भाज्या, सूप, वाटाणे, बीन्स आणि इतरांचे मांसाहारी. झोपेच्या वेळा नियंत्रित केल्या असल्यामुळे, सर्वांना नाही तरी जागे असलेले एकत्र गप्पा मारत खात होते. जाण्यापूर्वी एका मासिकाला दिलेल्या मुलाखतीत तिला विचारले होते "अवकाश

प्रवासातले तुला नेमके काय भावते'' यावर तिने उत्तर दिले होते.

''अवकाशात जाऊन प्रचंड वेगाने त्या पोकळीत फिरण्यामधली रोमांचकता मला पुन: पुन्हा भोगाविशी वाटते. मेंदूला सतत सतर्क, सजग ठेवण्यातला आनंद मला घ्यावासा वाटतो. त्यातले साहस, नवे प्रदेश शोधायचे आश्चर्य मला एक प्रकारची उत्तेजना देतात. माझी, माईक अँडरसन आणि रिक हजबंड यांची ही दुसरी फेरी आहे. तरीही आम्हाला तेवढाच उत्साह आहे. जाण्यापूर्वी दहा दिवस आम्ही ट्रीपवर एकत्र घालवले तेव्हा एकमेकांचे सूर जुळले. काम करताना आम्हाला त्यामुळे अजिबात अवघड जाणार नाही. त्यावेळी आम्ही अवकाशात कशासाठी जायचे, त्यातले थ्रिल कसे अनुभवायचे याबद्दल बऱ्याचदा बोललो. आम्हा सर्वांना ते खूप आवडते म्हणूनच आम्ही जाणार आहोत. अशा मोहिमात धोका नेहमीच असतो. मृत्यू सतत तुमच्या आसपास घोटाळत असतो. पण तो तर सर्वत्र आहे आणि धोका पत्करणे हा आमच्या कामाचा एक भाग आहे. कोणत्याही आनंदाची किंमत कशाना कशा रूपात द्यावीच लागते.''

अवकाशातून कल्पना अनेकांना संदेश पाठवत होती. तिच्या पंजाब इंजिनियरिंग कॉलेजच्या प्राध्यापकांना, युटीएच्या सहकाऱ्यांना, नवऱ्याशी रोजच बोलणे होई, कुटुंबियाना, मित्रमैत्रिणींना..... अवकाशयात्रींना विश्रांतीच्या वेळी ताजेतवाने वाटावे, आत्मविश्वास वाढावा म्हणून मुद्दाम ही सुविधा नासा पुरवते. यावेळी कल्पनाच्या संदेशात उत्साहापेक्षा अनुभव जास्त होता. शरीरावरच्या गुरुत्वाकर्षणाचा बलाचा प्रभाव ओसरल्यावर मनावरची ओझीही उतरली असावीत असे तिच्या संदेशातून

जाणवत होते. ती म्हणाली,

"इकडून तारे अगदी स्पष्ट आणि मोठे दिसतात. मध्ये अडवणारे ढग, वातावरण नसल्याने चमकदार, स्वच्छ आणि संख्येने दसपट तरी दिसतात. जणू डोळ्यावरचे सगळे पडदे दूर झाले आहेत. इथून पृथ्वी फार कोवळी, नाजुक वाटते. वातावरणाचा विरळ पडदा तिने ओढणी ओढावी असा तलम वाटतो. तिची काळजी घ्यायला हवी. आपण तिच्यापासून निर्मिलेले आहोत. पृथ्वीचे आणि माझे नाते इथून मला अधिक दृढ झाल्यासारखे वाटते. मी कर्नालची आहे, भारतातली आहे याचा मला जरुर अभिमान आहे पण इथून पृथ्वी पहाताना वाटते मी सगळ्या पृथ्वीशी बांधील आहे. जमिनीवरून स्वच्छ आकाशात तारे बघताना वाटायचे यांच्याशी आपले नाते आहे. केव्हातरी ताऱ्यांजवळ पोचायच्या स्वप्नाचे बीज माझ्या मनात पेरले गेले. आता ते स्वप्न सत्यात उतरले आहे. इथून वजनरहित अवस्थेत नव्वद मिनीटात एक पृथ्वीप्रदक्षिणा करताना सर्व अवकाशाचा वेध घेता येतो. कर्नाल, माझा देश, पृथ्वी, सूर्यमाला यांच्या पलीकडे जाऊन आपल्या आकाशगंगेशी माझे नाते जडले आहे. (आय बिलाँग टू द गॅलॅक्सी) शरीर फुलासारखे हलके झाले आहे. एखाद्या फुंकरीने ते इकडून तिकडे जाईल. मी म्हणजे माझे शरीर नसून फक्त माझे मन, माझी बुद्धी आहे. (आय ॲम माय इंटेलिजन्स)"

आपल्यावर सोपवलेले काम पार पाडून कोलंबियाने परतायची तयारी चालू केली. शनिवार दिनांक एक फेब्रुवारी २००३, स्थानिक वेळेनुसार सकाळी नऊ वाजून सोळा मिनिटांची वेळ निश्चित केली गेली. नियंत्रणकक्षाशी संपर्क साधला आणि सेकंदांचा हिशेब पाळत कल्पनाने पृथ्वीवर परतण्यासाठी संगणकीय प्रक्रिया सुरू केली.

आकाशात उडणाऱ्या कोणत्याही वस्तूसाठी ते विमान असो, ग्लायडर, हेलिकॉप्टर, अवकाशयान, पॅरॅसेल काहीही असो उड्डाण जितके महत्त्वाचे त्यापेक्षा अधिक महत्त्वाचे आणि धोकादायक असते त्यांचे उतरणे. अवकाशयानाला तर हे उतरणे प्रचंड वेगामुळे आणखी धोक्याचे असते. पृथ्वीभोवती हवेचे संरक्षक आवरण आहे. त्याच्या शेवटच्या काही किलोमीटर थरात विद्युतभाराचे थर असतात. पृथ्वी हा फार मोठा लोहचुंबक आहे आणि त्याच्या चुंबकीय रेषा विद्युतभाराना स्वतंत्र करतात त्यापासून हे थर बनतात. या थरामुळेच विद्युतस्वरूपात पाठवलेले रेडीयोसंदेश सरळ रेषेत जाऊनही पृथ्वीवर परावर्तीत होऊन येतात. अवकाशात नाहीसे होत नाहीत. दिवसा भूपृष्ठाचे तपमान जास्त असते म्हणून हे

थर काहीसे दूर जातात आणि रात्री थोडे जवळ येतात. जास्त शक्तीचा विद्युतसंदेश त्यांना भेदून अवकाशात निघून जातो म्हणून दूरदर्शनला १०० ते १५० कि. मी. अंतरावर सहप्रक्षेपक बसवून संदेशवहन करावे लागते. मोबाईल वा तत्सम सेवेसाठी उपग्रह वापरावे लागतात. हे विद्युतभाराचे थर (आयॉनिक लेयर्स) आणि हवेचा म्हणजे वातावरणाचा थर पलीकडच्या वस्तूला आतमधे सहजासहजी शिरकाव करू देत नाही. हे आवरण कौशल्याने भेदावे लागते अन्यथा पृथ्वीवर वेगाने कशाही कोसळणाऱ्या उल्का वातावरणाशी घर्षण होऊन जळून राख होतात त्याप्रमाणे अवकाशयानाची अवस्था होऊ शकते.

पाण्यात सूर मारणारा जलतरणपटू अंगाला पाण्याचा मार बसू नये म्हणून पृष्ठभागाशी विशिष्ट कोन साधून, हाताचे पंजे जुळवून पाणी फाडत आत जातो. अवकाशयानालाही विशिष्ट कोनात हवेचे आवरण भेदावे लागते. कोन अधिक असला तर विरोध तीव्र होतो. प्रचंड वेगामुळे हवेशी होणारे घर्षण जास्त प्रमाणात होऊन हवा तापते, पेट घेते आणि ती उष्णता यानाच्या पृष्ठभागाचेही तपमान वाढवते. यानाची मोडतोड होते वा यान पेट घेणे संभवते. हा कोन वाजवीपेक्षा कमी असेल तर हवेचे कण फक्त वरच्यावर चाटले जातात आणि बल परावर्तित होऊन यान पुन्हा अवकाशात फेकले जाते. पाण्याच्या पृष्ठभागावरती लहान मुले खापरीचा खेळ खेळतात. त्यामध्ये कमी कोनात खापरी वेगाने पाण्याच्या पृष्ठभागी फेकल्याने ती उड्या मारत आडवी जाते त्याप्रमाणे अवकाशयानही उसळ्या घेत परत अवकाशात जायची आणि यानाच्या खालच्या पृष्ठभागाची मोडतोड व्हायची शक्यता असते. चोवीस अंशाचा कोन प्रवेशासाठी योग्य मानला जातो.

कोलंबिया अवकाशात शिरताना हा कोन कमी वा जास्त होण्याची शक्यताच उद्‍भवत नाही. कारण हा कोन संगणकाच्या साहाय्याने स्वयंचलित यंत्रणा वापरून योग्य तेवढा राखला गेल्याची नोंद नियंत्रणकक्षाला दिसली.

नियोजित वेळे आधी एकसष्ट मिनिटे कल्पनाने कोलंबियाची ताशी २८००० कि.मी असलेली गती कमी करण्यास सुरुवात केली. त्याप्रमाणे विरूद्ध दिशेने बल लावून गती कमी करणारे रॉकेट सुरू झाले. परतीच्या प्रवासाला सुरुवात झाल्याचा संदेश पृथ्वीवरील नासाच्या नियंत्रणकक्षाला पोचला. गती कमी करताना त्याची दिशा बदलून पृथ्वीपासूनची उंचीही कमी करण्यात आली. नियोजित वेळेला तीस मिनिटे असताना ते १२० कि.मी. उंचीवर होते आणि त्याचा वेग २२.४ मॅक इतका होता. मॅक हे युनिट वस्तूचा वेग ध्वनीच्या वेगाच्या किती पटीत आहे हे दर्शवण्यासाठी वापरले जाते. ध्वनीचा वेग तापमानावर अवलंबून

असतो पण सर्वसाधारणपणे ०° सेलशियसला तो सेकंदाला ३३० मीटर इतका असतो. यानाची उंची आणखी कमी होत ७५ कि.मीच्या जवळ आली आणि वेग १९.६ मॅक झाला तेव्हा साधारण ऑस्ट्रेलियाच्या वर कुठेतरी कोलंबियाने वातावरणात प्रवेश केला. वातावरणात शिरल्यावर हवेच्या कणांशी यानाचे घर्षण होते आणि हवेचे तापमान वाढते. पहिल्यांदा हवेचे आयनीकरण होते म्हणजे हवेच्या कणामधील ऋण आणि धन विद्युत्‌भार स्वतंत्र होतो. यानाच्या खिडक्यातून झगझगीत प्रकाश दिसतो. हे तपमान १४५०° से. इतके वाढू शकते. यानाचा पुढील निमूळता तोंडाकडचा भाग हवेचे आवरण फाडत पुढे जातो आणि त्यामुळे त्याचे व यानाच्या पोटाखालच्या भागाचे तापमान वाढते. ही उष्णता यानाच्या आतील भागातील धातूची यंत्रे पटकन शोषून तापू नयेत म्हणून जाड उष्णतारोधक फरशा खालच्या पृष्ठभागावर विशिष्ट पदार्थाने एकमेकांना आणि पृष्ठभागाला चिकटवलेल्या असतात. आसपासच्या हवेचे आयनीकरण झाल्याने यावेळी पृथ्वीवरील तळाशी असलेला संपर्क तुटतो. पण लगेच हा संपर्क पुन्हा वेगळ्या पद्धतीने प्रस्थापित करतात. या फरशांचे आवरण, यानाचा आतील भाग, त्याचे तापमान आणि दाब याना धक्का पोचू देत नाही. अशा सुमारे ३५००० फरशा बसवलेल्या असतात त्यांचे वजन ९६.४ टन असते आणि १६००° सेंटिग्रेड इतके तपमान त्या सहन करू शकतात.

आठ वाजून त्रेपन्न मिनिटांनी यानाच्या डावीकडे असलेल्या यंत्रणेची माहिती नियंत्रणकक्षावरील संगणकाच्या पडद्यावरून नाहीशी झाली. याचा अर्थ त्या भागाचे तपमान अधिक झाले होते. त्यानंतर तीनच मिनीटांनी कोलंबियाच्या डाव्या बाजूचे तीन तपमापक पडद्यावरून गायब झाले. तिथेही तपमान नियंत्रणाबाहेर गेले होते. यानाच्या टायरमधील तपमानाने मर्यादा ओलांडली आणि आतील दाब वाढून दाबनियंत्रकही निकामी झाला. रिक हजबंडच्या आवाजात तळावर संदेश आला ‘आम्हाला फक्त एकाच नियंत्रकाकडून माहिती मिळते आहे.’

नऊला एक मिनिट असताना तळावरून निरोप गेला ‘हा संदेश मिळाला’ त्यानंतर आवाज आला ‘कमांडर रॉजर’.

.... हे शब्द कोलंबिया आणि ह्यूस्टनचा नियंत्रणकक्ष यांना जोडणारे शेवटचे शब्द होते. नियोजित वेळेआधी सोळा मिनिटे कोलंबियाचा आणि कक्षाचा संबंध तुटला. तेव्हा कोलंबिया जमिनीपासून सुमारे साठ कि.मी. उंचीवर होते. टेक्सास, अर्कान्सस, आणि लुझियानातील काही भागात लोकांना स्फोट झाल्याचा मोठा आवाज ऐकू आला. आकाश निरभ्र होते त्याठिकाणी पृथ्वीच्या दिशेने तिरकी

झेपावणारी जळती रेषा दिसली. श्वास रोखून नियंत्रणकक्षात बसलेल्या नासाच्या वरिष्ठ तंत्रज्ञाला कोलंबिया जळून नष्ट झाल्याची बातमी जाहीर करावी लागली.

कोलंबियाचे जळणे अनेक कारणाने झाल्याचे तर्कवितर्क व्यक्त करण्यात आले. उड्डाणाच्या वेळी पहिला जोरदार झटका बसला तेव्हा द्रवइंधन टाकीचा टवका उडून तो यानाच्या डाव्या पंखावर पडला होता हे नासाच्या नियंत्रणकक्षात टिपले गेले होते. तेव्हा त्या फरशा सैल झाल्या असाव्यात किंवा त्याला चिरा पडल्या असाव्यात असा एक अंदाज व्यक्त झाला. पण अशा एकदोन फरशांमुळे उष्णतारोधक कवचावर परिणाम होत नाही. यापूर्वीही असे तडे जाऊन एखादी फरशी नादुरूस्त झाली होती आणि तरीही याने सुखरूप उतरली होती असा नासाच्या अधिकाऱ्यांनी लगेच खुलासा केला. असे फरशा सैल होण्याचे वा त्याला तडे जाण्याचे धोकादायक कमाल प्रमाण किती आहे हे जरी समजले असते तरी काही उपयोग नव्हता कारण यानावर या फरशा बदलायची वा दुरूस्त करायची कोणतीही सामग्री नव्हती.

या अवकाशयात्रेचा एक हेतू सद्दाम हुसेन या अमेरिकेच्या सध्या एक नंबरवर असलेल्या शत्रुने केलेली युद्धतयारी जवळून छायाचित्रे घेऊन तपासणे हा आहे अशी कुजबूज चालू झाली. तसेच यानात एक इस्त्रायलचा वरिष्ठ सैन्याधिकारी होता म्हणून हा घातपाताचा प्रकार असावा असा संशयही व्यक्त झाला. पण यावेळी सुरक्षेचे उपाय अगदी कडक योजलेले होते. त्यामुळे ही शक्यताही नासाने तत्काळ फेटाळून लावली.

पुढे नासाच्या चौकशी समितीने दहा दिवसाने जो अहवाल सादर केला त्यामध्ये टाईल्सच्या सैल होण्याने तपमान इतके वाढणे शक्य नाही. धातु

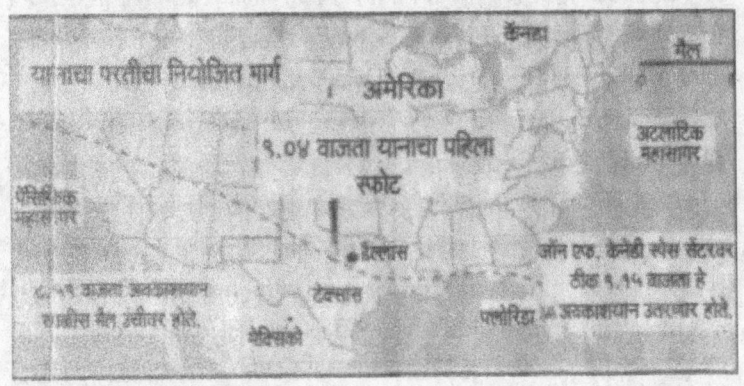

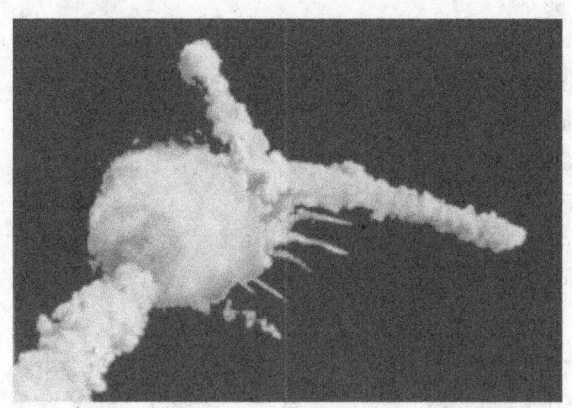

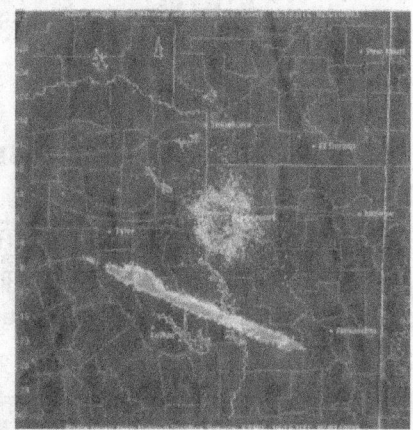

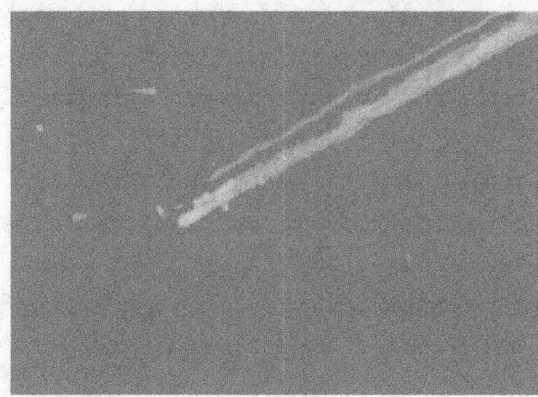

वितळण्याइतके ते वाढू शकत नाही असा निष्कर्ष जाहीर केला. डाव्या पंख्यानेच अतीउष्ण 'प्लाझ्मा' निर्माण झाला. उच्च तपमानला अणुंचे विघटन होऊन पदार्थ म्हणजे अणुकेंद्रे आणि इलेक्ट्रॉनचा लगदा बनतो त्या पदार्थाच्या चौथ्या अवस्थेला (घन, द्रव, वायू, प्लाझ्मा) प्लाझ्मा म्हणतात.

त्यामुळे चाकात अन् डाव्या भागात तपमान मर्यादेबाहेर गेले. अन् आतील नियंत्रण करणारी यंत्रणा कोसळली अशी शक्यता व्यक्त केली आहे. कारणे काहीही असोत कोलंबिया नष्ट झाले हे सत्य आहे.

आता यापुढे नेमके कारण शोधून त्यावर उपाय शोधला जाईल. आणि पुढचा अंतराळप्रवास सुरक्षित होण्यासाठी सर्वतोपरीने प्रयत्न केले जातील. तंत्रज्ञानाच्या इतिहासाने हे पुन:पुन: दर्शविले आहे की चुका होत, त्यांची कारणे शोधत, त्यावर उपाय निर्मून अमलात आणत प्रगतीचे टप्पे गाठलेले आहेत. आता नासाकडे तीनच अवकाशयाने उरलेली आहेत. यापुढचा भर बहुधा बचतयान निर्माण करण्यावर दिला जाईल. बोटीवर ज्याप्रमाणे ती बुडू लागली की लाईफबोट वापरून माणसे वाचवतात, त्याप्रमाणे एखादा धोक्याचा इशारा मिळताच अवकाशयानातून एखादा फुगा उडावा तसा लहानसा मोड्युल बाहेर पडेल अन त्यातून अवकाशयात्री सुखरूप जमिनीवर पोचेल. काय होईल, काय नाही हे येणाऱ्या काळाच्या पोटात दडलेले आहे. पण जोपर्यंत माणसाला आपण या विश्वात कसे आलो, कुठून आलो, आपले नेमके स्थान काय, आपल्या अस्तित्वाचे प्रयोजन काय. हे असले शेकडो प्रश्न पडत रहातात,त्यांची उत्तरे शोधण्यासाठी तो सर्वतोपरी प्रयत्न करत राहतो. तोपर्यंत अवकाशात भरारी घ्यायचे, अणुकेंद्रात शिरायचे त्याचे प्रयत्न चालूच राहतील. या प्रवासात कल्पनासारखे कुणी जीवनाला पारखे झाले तरी त्याचा प्रवास थांबणार नाही.

कोणत्याही सज्ञान माणसाला जीवनमरणाच्या चक्राची कल्पना असते. तरीही अमरत्वाच्या कल्पनेने मानवी इतिहासात मूळ धरले. समर्थांनी 'मरावे परी कीर्तीरूपे उरावे' असे म्हटले. कल्पनाच्या मृत्यूने हे शब्द खरे करून दाखवले. भव्य यश मिळवून ती परतली असती तर सत्कार, अभिनंदन, मानसन्मान स्वीकारायचे भाग्य तिला लाभले असते. पण तिच्या नियतीला ते मंजूर नव्हते. फक्त सोळा मिनिटात सर्व काही उलटेपालटे झाले. कुणा ऐऱ्यागैऱ्याच्या मृत्युमुळे माणसे 'अमर रहे' च्या घोषणा देतात त्या किती खोट्या असतात हे सुजाण नागरिकाला उमगते. कल्पनाच्या बाबतीत तसे होऊ नये, होणार नाही. स्वप्नामधून सत्याकडे तिने जी खडतर वाटचाल केली, त्यासाठी स्वत:ला झोकून दिले, या

वृत्तीचा आदर्श डोळ्यापुढे ठेवा असे हजारो पालक आपल्या पाल्यांना यापुढे सांगतील. येणाऱ्या पिढ्यांपुढे एक आदर्श 'रोल मॉडेल' म्हणून स्वत:ला सिद्ध करणे कल्पनाने साध्य केले आहे. अमर होणे म्हणजे हेच आहे. तिच्यापासून स्फूर्ती घेऊन विज्ञाननिष्ठ पिढी निर्माण होणे हीच तिला खरी श्रद्धांजली आहे.

❖

अपघातानंतर ठिकठिकाणी मिळालेले अवशेष

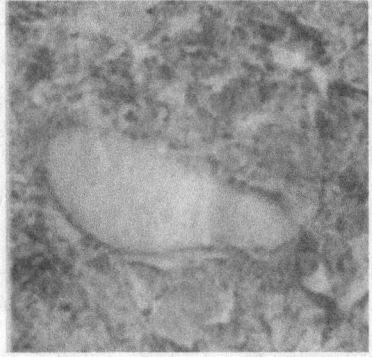

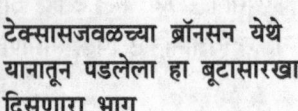

टेक्सासजवळच्या ब्रॉनसन येथे यानातून पडलेला हा बूटासारखा दिसणारा भाग

डल्लासच्या दक्षिणेकडे राईस येथे कोसळलेला एक तुकडा

टेक्सास प्रांतात विखुरलेले किरणोत्सर्गी अवशेष

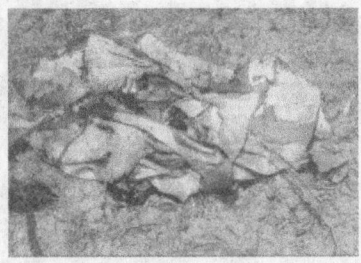

टेक्सास आणि लुझीयानाच्या वेशीवर सापडलेले वितळलेले अवशेष

३. त्यानंतर ...

कल्पनाच्या मृत्यूच्या निमित्ताने अनेक प्रश्न मनामध्ये उभे रहातात आणि त्याची उत्तरे शोधायला गेले तर प्रश्नाची संख्या नदीच्या पात्राप्रमाणे फुगत जाते. तिला श्रद्धांजली देण्यासाठी सर्व भारतीय पुढे होत आहेत. तिच्या मृत्यूनंतर शोकसंदेश देण्यासाठी एका दूरदर्शन वाहिनीने दर्शकांना आवाहन केले आणि एक एसएमएस आकडा जाहीर केला. चोवीस तासामध्ये लाखाच्यावर संदेश आले आसाम ते अजमेर, काश्मीर ते कन्याकुमारीपर्यंत भारतातील लोकांनी तिच्यासाठी शोकभावना व्यक्त केली. पंजाब इंजिनियरिंग कॉलेजला तिचे नाव द्यावे असा प्रस्ताव आला. हरयाणा सरकारने तिच्या नावाने घसघशीत पुरस्कार जाहीर केला. भारत सरकारने हवामान खात्याच्या पहिल्या उपग्रहाला तिचे नाव द्यायचे ठरवले. तिच्या मृत्यूनंतर जगभरात ठिकठिकाणी शोकसभा आयोजित करण्यात आल्या. महाराष्ट्र सरकारने पाठ्यपुस्तकात तिच्या नावाचा धडा घालायचे ठरवले आहे. मृत्यूनंतरच्या भावनिक लाटेवर स्वार होऊन तिच्या पंजाब इंजिनियरिंग कॉलेजच्या माजी विद्यार्थी संघाने तिला 'भारतरत्न' हा किताब द्यावा अशी टोकाची मागणी केली.

यातील काय व्हावे, काय होईल हे येणारा काळच

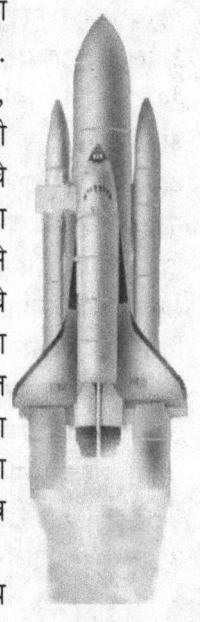

ठरवेल. कारण अशा लाटा जितक्या लवकर निर्माण होतात तशा त्या विरूनही जातात. कल्पनाच्या व्यक्तिमत्त्वाचा पाया जरी भारतात घातला गेला तरी तिचे कर्तृत्व फुलले अमेरिकेत. त्या देशात गुणवत्तेला स्थान आणि मान आहे असा जगभरातील तरूणांचा विश्वास आहे. आणि अनेकदा तसे प्रत्ययाला आले आहे म्हणून दरवर्षी आपल्या देशातले बुद्धिमान तरूण-तरूणी शिक्षण संपले की त्या देशाची वाट पकडतात. गुणवत्तेला संधी देऊन त्या तरूणांना अमेरिका आपल्या प्रगतीसाठी वापरते आणि अधिक श्रीमंत, बलवान होते. आपल्या सरकारने अशा तरूणांच्या शिक्षणावर केलेला कोट्यावधी रुपयांचा खर्चही आपल्या देशाच्या कारणी लागत नाही. कल्पनासारखे भारतीय जेव्हा परदेशी जाऊन उज्ज्वल यश मिळवतात तेव्हा आपण ते भारतीय असल्याचा अभिमान व्यक्त करतो.

आज आपल्या देशातही इस्रो, विक्रम साराभाई रिसर्च सेंटर, संरक्षण खात्याच्या प्रयोगशाळा, इत्यादी अनेक ठिकाणी अवकाश कार्यक्रम राबवला जातो. भारतासारख्या विकसनशील देशाचे अग्रक्रम वेगळे असणार हे गृहीत धरले तरीही तिथे संधीसाठी येणारे अडथळे अनेक आहेत आणि संधी फक्त गुणवत्तेवर आधारित नाही आहे हे आपले तरूण जाणतात. भारतात अवकाश तंत्रज्ञानाचा पाया विक्रम साराभाईंनी घातला. खेडोपाडी पसरलेल्या आणि शेतीवर अवलंबून असलेल्या आपल्या देशात दळणवळणाच्या साधनांमुळे सुसूत्रता येईल म्हणून मूलतः तो आखला गेला आणि डॉ. होमी भाभांच्या प्रेरणेने अमलातही आणला. हवामानाचा अभ्यास, संदेशवहन, शेतीविषयक कार्यक्रम आणि सूचना, नैसर्गिक साधन संपत्तीचा शोध आणि संरक्षणखात्याशी संलग्न अशी क्षेपणास्त्रे इ. उद्दिष्टे त्यावेळी त्यांच्या डोळ्यासमोर होती. आजही आपले अवकाश कार्यक्रम पृथ्वीप्रधान अन् उपयोजनावर आधरित आहेत. सरस्वती नदीच्या प्रवाहाचा वेध, डॉ. वसंत गोवारीकरांचे मान्सून मॉडेल, दळणवळणासाठी, दूरदर्शनसाठी उपग्रह, सैन्याची शस्त्रसज्जता इ. यशस्वीपणे राबवले गेल्याचे सर्वच जण जाणतात. यामधे स्त्रियांचा वाटा किती म्हणून जाणकारांना प्रश्न विचारला तर उत्तर जवळजवळ शून्य असे येते.

स्त्री पुरूषाइतकीच सृजनशील असते असे विज्ञान सांगते. या सृजनशीलतेचा आविष्कार मग प्रत्यक्षात घडताना का दिसत नाही? मुले जन्माला घालणे आणि परंपरा, संस्कार जपणे यातच तिचे सृजन संपणे हे नुकसान नव्हे का? एकविसाव्या शतकात सर्वात मोठी संपदा म्हणजे बुद्धिमत्ता आहे असे तज्ज्ञांचे सांगणे आहे. आपल्या देशातील ५० टक्के संपत्ती चार भिंतीत कोंडून त्यावर फुले वाहणे हा

राष्ट्रीय संपत्तीचा अपव्यय नव्हे का?

आज कोणत्याही शाळाकॉलेजातील मुलींचा सर्व्हे घेऊन त्यांच्या स्वप्नांबद्दल कोष्टक तयार केले तर बहुसंख्य मुलींना नटी, मॉडेल, गायिका, विश्वसुंदरी इत्यादी व्हायचे असते असे लक्षात येईल. अशी स्वप्ने पाहू नयेत किंवा ही क्षेत्रे हलकी आहेत असा माझ्या मताचा अर्थ कुणी कृपया काढू नये. पण ही क्षेत्रे निवडण्यामध्ये आवड, प्रवृत्तीपेक्षा ग्लॅमर, पैसा, चमचमाट याचे आकर्षण जास्त असल्याचे दुर्दैवाने दिसून येते. आणि समाजाचीही मानसिकता तशी घडते आहे. आपली मुलगी बुद्धिमान आहे हे लक्षात आले तरी तिने डॉक्टर, इंजिनियर, आर्किटेक्ट, वकील असले व्यवसाय करावेत आणि आव्हानात्मक, जबाबदाऱ्या घेऊन पार पाडणाऱ्या क्षेत्रात, संशोधनक्षेत्रात जाऊ नये असेच त्याना वाटते. मग कल्पना भारतात राहिली असती तर तिने इतकी प्रगती साधली असती का? हा प्रश्न मनात येतो आणि दुर्दैवाने त्याचे उत्तर नाही असे येते. जात, धर्म, पंथ, लिंग, प्रांत, कुणीतरी वजनदार पाठीशी असणे, (गॉडफादर) इ. अनेक अडसर पार पाडेतो तरूणांची दमछाक होते. त्यापेक्षा अमेरिकेत धाव घेऊन (तेही अलीकडे तितकेसे सुलभ राहिलेले नाही) झटपट यश मिळवायचा, यशाकडे जायचा मार्ग त्याना अधिक सोपा, सुकर वाटतो.

कल्पनाच्या बाबतीतही तिच्या नावाची चर्चा तिच्या मृत्युमुळे अधिक महत्त्वाची ठरली. तिच्या कामापेक्षा तिच्या मृत्यूच्या घटनेची जास्त चर्चा होते आहे. आणि हेही आपल्या समाजाच्या मानसिकतेला साजेसेच आहे. एक सुष्मीता सेन वा ऐश्वर्या राय विश्वसुंदरी झाल्यावर हजारो मुली तिच्या मार्गावरून चालताना आज आपल्याला दिसतात. तसे कल्पनाच्या बाबतीत घडताना दिसणे शक्य आहे का? कुणीही याचे उत्तर नाही म्हणून देईल. कारण कल्पनाने जो विज्ञानवाद जोपासला, प्रयत्नवाद, परिश्रमवादाची वाट धरली ती तितकी प्रसिद्धी, पैसा देणारी नाही. एकदा मिळालेल्या यशावर संतुष्ट होऊन कल्पना थांबणारी नव्हती. तिच्या नासाच्या प्रशिक्षकांपैकी श्रीमती पुच्छा या सांगतात, दुसऱ्या वेळी निवड झाली तेव्हा एकदा जाऊन आलेले यात्री प्रशिक्षण तितकेसे गांभीर्याने घेत नाहीत पण कल्पना मात्र सतत व्याख्याने, चर्चासत्रे, प्रात्याक्षिके चालताना मुद्दे टिपून घ्यायची आणि नंतर आपल्याला आलेल्या शंकांचे, भेटून निरसन करून घ्यायची. सतत शिकत रहाणे हे संशोधन नव्हे तर ज्ञानार्जनाच्या कोणत्याही क्षेत्रात जरूरीचे असते. तिथे आपल्या तरूण पिढीचा ओढा असलेला फारसा दिसत नाही असे खेदाने म्हणावे लागेल.

महाराष्ट्रात आनंदीबाई जोशी, सावित्रीबाई फुले यांनी स्त्रीजीवनाच्या नव्या वाटा चोखाळल्या. आज आपण त्यांचे गुणगाान गातो तरी त्यावेळी त्यांना दगडधोंडे खावे लागले. स्व. कमलाबाई सोहोनीला बंगलोरच्या इंडियन इन्स्टिट्यूट ऑफ सायन्समध्ये प्रवेश मिळवण्यासाठी उपोषण, धरणे असे उपाय योजावे लागले. आज ही परिस्थिती नसली तरी स्त्रियांना विज्ञानवादी होऊ न देण्यात समाजातील एका फार मोठ्या वर्गाचे हितसंबंध गुंतलेले आहेत. बाबांच्या आणि महाराजांच्या प्रवचनाला, कीर्तनाला लाखालाखाने माणसे जमतात आणि त्यात स्त्रिया मोठ्या प्रमाणावर असतात. तेच एखाद्या ज्ञानयोग्याच्या भाषणाला पन्नास श्रोते जमणे कठीण असते. स्त्री तर त्यात अभावानेच दिसेल.

तेव्हा कल्पनाचा मृत्यू ही क्षणिक लाट न ठरता स्त्रियांना आणि पुरूषांनाही डोळसपणे आजूबाजूला तिने पहायला लावावे. अंगारकी, संकष्टीला देवळापुढच्या मैलभर रांगा सोडून ते पाय लायब्ररी आणि लॅबोरेटरीकडे वळावेत. गल्ली, गल्लीत, वस्ती वस्तीत नवी देवळे उभी राहाण्यापेक्षा अभ्यासमंडळे आणि प्रयोगशाळा उभ्या राहायला हव्यात. अशा प्रयत्नातूनच या देशात आणखी काही कल्पना चावला घडू शकतील नाहीतर तिच्याप्रमाणे परदेशी जाऊन, नागरिकत्व सोडून दिल्यावरच हे शक्य झाले तर फार थोड्याजणी असे धैर्य दाखवू शकतील. स्त्रिया शिकल्या तर कुटुंब शिकते असे म्हटले जाते तोच धागा पुढे नेऊन असे म्हणता येईल स्त्रिया विज्ञानवादी, प्रयत्नवादी झाल्या तर कुटुंब तसे होईल. समाजात 'काम, प्रयत्न हाच देव' (वर्क इज गॉड) ही संकल्पना रुजेल. त्याची सुरुवात म्हणून कल्पना चावलाचे आयुष्य तिची धडपड, चिकाटी नव्या पिढीपर्यंत पोचायला हवी. १९९७ मध्ये ती अंतराळात जाऊन आली तेव्हा पहिली अंतराळवीर भारतीय स्त्री म्हणून दोन दिवस तिच्यावर कौतुकाने लिहिण्यात आले. तिने आपली ओळख आपण कर्नालची, भारतीय अशी करून दिली म्हणून अभिमानाने गौरविण्यात आले पण त्यानंतरही ती सतत कार्यरत होती. तिने हा मुक्काम कसा गाठला याबद्दल फार तपशिलात सांगण्यात प्रसारमाध्यमांनी त्यावेळी फारसा उत्साह दाखवला नाही. तिचे इतर संशोधनकार्य लोकांपर्यंत पुरेशा गांभीर्याने पोचले नाही. एरव्ही खेळाडूंच्या, नटांच्या एवढ्या तेवढ्या गोष्टीला अवास्तव महत्त्व देणारी प्रसारमाध्यमे तिच्या कामाबद्दल तितकीशी उत्सुक नव्हती, हे खेदाने नमूद करावेसे वाटते. कोलंबियाचा स्फोट होऊन ती मृत्यू पावल्यावर मात्र तिची छायाचित्रे, तिचे कर्तृत्व प्रसारमाध्यमातून झळकले. तिच्या मृत्युमुळे तिचे कार्य लोकांसमोर यावे ही दुर्दैवाची गोष्ट आहे.

विज्ञानक्षेत्राची, त्यात होत असलेल्या कामाची आपल्या देशात सर्वसामान्य लोकांपर्यंत तितक्या प्रमाणात जागृती, माहिती नसते. देशामध्ये अनेक राष्ट्रीय प्रयोगशाळा आहेत. विद्यापीठातून, आयआयटी सारख्या संस्थातून जे काम होते ते सतत लोकांसमोर यायला हवे. मगच तरूणतरूणींना त्यात उत्सुकता वाटेल. मुलामुलींनी बालवयापासून प्रयत्नवादी, विज्ञानवादी होण्यासाठी सातत्याने प्रयत्न व्हायला हवे आहेत. समाजाला विज्ञानाभिमुख करण्यासाठी कल्पना चावला ही प्रवृत्ती लोकांसमोर विशेषत: नव्या पिढीसमोर सतत रहायला हवी हेच तिचे उचित स्मारक ठरेल.

❖

कल्पना चावला यांच्या कर्नाल या मूळ गावी त्यांना श्रद्धांजली वाहताना नमिता अलोन ही मुलगी. चावला यांची प्रेरणा व मदतीमुळेच ती 'नासा'च्या उन्हाळी प्रशिक्षण शिबिराला गेली होती.

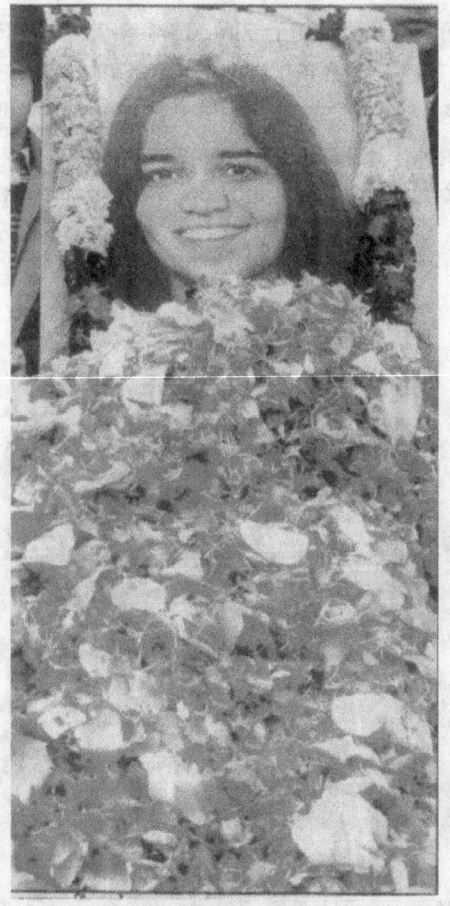

एक होती अवकाश-कन्या

ही हसतमुख 'कल्पना-भरारी' आता कायमची विसावली आहे.

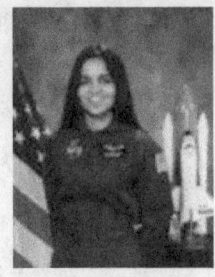

योद्धा शास्त्रज्ञ

राष्ट्रपती

ए. पी. जे. अब्दुल कलाम

माधव मोर्डेकर

डॉ. ए. पी. जे. अब्दुल कलाम यांची राष्ट्रपतिपदासाठी निवड करण्यात आली आणि सारा देश कधी नव्हे इतका हरखून गेला.

एक जगद्‌विख्यात शास्त्रज्ञ, संशोधक देशाच्या सर्वोच्च पदावर बसणार ही कल्पनाच एका परीने अद्‌भुतरम्य होती.

डॉ. सर्वपल्ली राधाकृष्णन यांच्यासारख्या एका थोर तत्त्वज्ञानंतर - डॉ. कलाम राष्ट्रपतीपद भूषवणार होते. राजकीय नेतृत्वाने भारतीयांना दिलेला तो एक अनपेक्षित आणि तरीही सुखद असा धक्काच होता.

आपल्या एका वर्षाच्या कारकिर्दीत डॉ. कलाम यांनी त्या पदाची शान वाढवली होती. कसलाही डामडौल, दिमाख न दाखवता, ते स्वतंत्र भारताच्या उज्ज्वल भविष्याची स्वप्ने पाहत आहेत, त्यांच्या पूर्तीसाठी ते तरुणांना, विद्यार्थ्यांना अगदी मनोमन प्रोत्साहन देत आहेत.

त्यासाठी ते साऱ्या देशभर मोठ्या उत्साहाने संचार करत आहेत. त्यांच्या प्रत्येक कार्यक्रमात ते खास तरुणांसाठी, शाळकरी मुलांसाठी आवर्जून वेळ काढत आहेत. प्रसंगी राजनैतिक शिष्टाचार गुंडाळून ठेवत आहेत. डॉ. कलाम यांच्या व्यक्तिमत्त्वात शास्त्रज्ञ, तत्त्वज्ञ व स्वदेशाभिमान यांचा सुरेख संगम आढळतो.

त्यामागचे कारण एकच आहे. ते म्हणजे, त्यांनी सांप्रतच्या परिस्थितीचे ठेवलेले अचूक भान, शास्त्र काट्यावर तोलून घेतलेले आहे.

देशातील समस्त तरुण-तरुणींनी त्यांच्या चरित्राचा लक्षपूर्वक वेध घेण्याची गरज आहे. त्यावरून जेवढा बोध घेता येईल, तेवढा जरूर घ्यावा.

त्यांनी पाहिलेल्या स्वप्नपूर्तीतील आपले योगदान निश्चित करावे.

हेच या पुस्तकाचे प्रयोजन आहे.

रिचर्ड फाईनमन

एक हरहुन्नरी व्यक्तिमत्व

दुसऱ्या महायुद्धात प्रत्यक्ष अणुबॉम्ब बनवण्यात सहभागी असणारे,
फिजिक्सचे नोबेल पारितोषिक विजेते

सुधा रिसबुड

प्रसिद्धीचे वलय सदैव ज्या शास्त्रज्ञांभोवती राहिले, त्यातील पहिला शास्त्रज्ञ होता आईनस्टाईन, तर दुसरे नाव होते रिचर्ड फाईनमन! आईनस्टाईननंतर फिजिक्स ज्या टप्प्यावर काही काळ थांबलं होतं, त्या टप्प्यावरून फिजिक्सला पुढे नेण्यामध्ये रिचर्ड फाईनमन यांचा सिंहाचा वाटा होता. ते द्रष्टे शास्त्रज्ञ होते. नॅनो टेक्नॉलॉजीच्या तंत्राची चाहूल त्यांनी अनेक वर्षे आधीच युवा शास्त्रज्ञांना दिली होती.

अणुबॉम्बच्या चाचणीचा स्फोट गॉगल न घालता, केवळ उघड्या डोळ्यांनी पाहणाऱ्या या शास्त्रज्ञाने आपले संपूर्ण जीवन, असे उघड्या डोळ्यांनीच व्यतीत केले. प्रतिष्ठा, पदव्या आणि मानसन्मान निग्रहाने नाकारून सदैव भौतिकशास्त्राचेच सेवाव्रत अंगीकारले.

संशोधन आणि शिक्षण क्षेत्रातील आपला प्रामाणिकपणा सातत्याने टिकवत असतानाच, जीवनातील विविध अनुभवांना एका निखळ मिश्कीलतेने फाईनमन सामोरे गेले. 'विज्ञान क्षेत्रात चिकित्सक वृत्ती जागृत ठेवणारे शिक्षण, हेच खरे शिक्षण' असे मानून त्याचा पाठपुरावा विद्यार्थ्यांना करायला लावणारा हा शास्त्रज्ञ म्हणजे बुद्धिमत्ता, सचोटी आणि विज्ञाननिष्ठेचे अजब रसायन होता.

www.ingramcontent.com/pod-product-compliance
Lightning Source LLC
LaVergne TN
LVHW032334220825
819400LV00041B/1367